ഗ്രീൻ ബുക്സ്

മലയാളി ഇങ്ങനെ മരിക്കണോ?

ഡോ. സിബി മാത്യൂസ്

ചങ്ങനാശ്ശേരി തൂമ്പുങ്കൽ ജോസഫ് മാത്യൂസിന്റെയും വലിയ വീട്ടിൽ ഏലിക്കുട്ടി മാത്യൂസിന്റെയും മകൻ. 1977ൽ ഇന്ത്യൻ പൊലീസ് സർവീസിലേക്കു നിയമിതനായി. കേരള സംസ്ഥാനത്ത് പൊലീസ് സേനയിൽ മുപ്പത്തിമൂന്നു വർഷത്തെ സേവനത്തിനുശേഷം, 2011ൽ ഡയറക്ടർ ജനറൽ ഓഫ് പൊലീസ് പദവിയിലിരിക്കെ സർവീസിൽ നിന്നും സ്വയം വിരമിച്ചു. തുടർന്ന്, കേരള സംസ്ഥാന വിവരാവകാശ കമ്മീഷനിൽ മുഖ്യ വിവരാവകാശ കമ്മീഷണറായി നിയമിതനായി. 2016 ഏപ്രിലിൽ കാലാവധി പൂർത്തിയാക്കി വിരമിച്ചു. 1997ൽ പ്രശസ്ത സേവനത്തിനുള്ള രാഷ്ട്രപതിയുടെ പൊലീസ് മെഡലും തുടർന്ന് 2007ൽ വിശിഷ്ടസേവനത്തിനുള്ള രാഷ്ട്രപതിയുടെ പൊലീസ് മെഡലും ലഭിച്ചു. 'കേരളത്തിലെ ഉയർന്ന ആത്മഹത്യാ നിരക്കിന്റെ സാമൂഹ്യ-സാമ്പത്തിക കാരണങ്ങൾ' എന്ന വിഷയത്തിൽ നടത്തിയ ഗവേഷണത്തിന് മഹാത്മാഗാന്ധി സർവകലാശാലയിൽനിന്നും ഡോക്ടറേറ്റ് നേടി (2007). ഇതേ വിഷയത്തെ ആധാരമാക്കി 'മലയാളി ഇങ്ങനെ മരിക്കണോ?' എന്ന ഗ്രന്ഥം (2008) പ്രസിദ്ധീകരിച്ചു. 'Kerala on Suicide Point' എന്ന പേരിൽ ഈ പുസ്തകം ഇംഗ്ലീഷിലേക്കും പരിഭാഷപ്പെടുത്തി.

ഗ്രീൻ ബുക്സ് പ്രസിദ്ധീകരിച്ച
ഗ്രന്ഥകർത്താവിന്റെ ഇതര കൃതി

അനുഭവം

നിർഭയം - ഒരു ഐ.പി.എസ്. ഓഫീസറുടെ
അനുഭവക്കുറിപ്പുകൾ

പഠനം

മലയാളി ഇങ്ങനെ മരിക്കണോ?

ഡോ. സിബി മാത്യൂസ്

ഗ്രീൻ ബുക്സ്

green books private limited
gb building, civil lane road, ayyanthole,
thrissur- 680 003, kerala, ph: +91 487-2381066, 2381039
website: www.greenbooksindia.com
e-mail: info@greenbooksindia.com

malayalam
malayali ingane marikkano?
study
by
dr. siby mathews

first published 2008
first green books edition october 2020

cover image & illustrations : soman katalur
cover design : mansoor cheruppa

branches:
thrissur 0487-2422515
thiruvananthapuram 0471-2335301
calicut 0495 4854662
ernakulam 8589095302

isbn : 978-81-947466-6-9

GBPL/1161/2020

മുഖക്കുറി

സിബി മാത്യൂസിന്റെ പ്രശസ്തമായ പഠനഗ്രന്ഥത്തിന്റെ പരിഷ്കരിച്ച പതിപ്പാണിത്. ഇന്ന് നമ്മളെ അലട്ടുന്ന കാതലായ വിഷയമെന്ന നിലയിൽ ഇതിന്റെ ഗവേഷണപ്രാധാന്യം വളരെ പ്രസക്തമാണ്.

കൃഷ്ണദാസ്
മാനേജിങ് എഡിറ്റർ

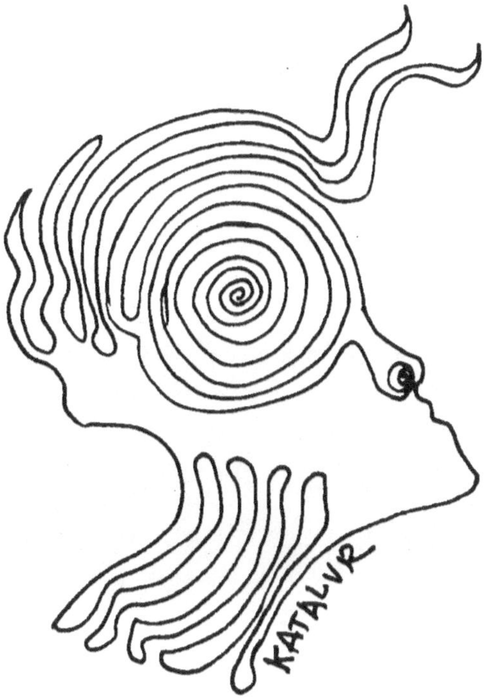

"താൻ വളരെ ഇഷ്ടപ്പെടുന്ന ഒരു വസ്തു കളഞ്ഞു പോയെന്നറിയുമ്പോൾ ഒരു പാവത്താൻ കാട്ടിക്കൂട്ടുന്ന വിക്രിയകൾ ഓർക്കുക. ഏതാണ്ട് അത്തരത്തിലൊരു വിഡ്ഢിത്തംതന്നെയാണ് ആത്മഹത്യ. ചാപല്യമെന്ന നിലയിൽ അതിനു തുല്യമായ മറ്റൊന്ന് ഈ ലോകത്തുണ്ടെങ്കിൽ ചില മണ്ടന്മാരായ ബുദ്ധിജീവികൾ അതിനെ ആവേശത്തോടെ പുകഴ്ത്തുന്നതു മാത്രമാണ്."

റവ. എഡ്വേർഡ് ചാദ്വരാ

ഉള്ളടക്കം

ഈ പഠനത്തിന്റെ വേദനാജനകമായ പശ്ചാത്തലം

ഒരു സ്റ്റാമ്പ് കേസ്സിന്റെ അന്ത്യം

സംഭവം 1991ൽ ആണ്. തിരുവനന്തപുരം സിറ്റി പൊലീസ് കമ്മീഷണ റായി ജോലി ചെയ്തുവരവേ, ചില പ്രബലരായ സേനാനായകന്മാർക്ക് എന്നോടു കടുത്ത നീരസമുണ്ടായി. തൽസ്ഥാനത്തുനിന്നും മാറ്റണ മെന്നും പഞ്ചാബിൽ ഖാലിസ്ഥാൻ തീവ്രവാദികളെ നേരിടുവാൻ പ്രത്യേക ദൗത്യ സംഘത്തിലുൾപ്പെടുത്തി അയയ്ക്കണമെന്നും അവർ രാഷ്ട്രീയ ഭീഷ്മാചാര്യനോടു നിർബന്ധപൂർവ്വം ആവശ്യപ്പെട്ടു. അണി യറയിലെ നിഴൽനാടകങ്ങളുടെയെല്ലാം പൊരുൾ അറിഞ്ഞിരുന്ന അദ്ദേഹം അതിന് അനുവദിച്ചില്ല. എങ്കിൽ കാക്കിക്കുപ്പായം അഴിച്ചു വെയ്പ്പിക്കണമെന്നു സംഘത്തലവന്മാർ ശാഠ്യം തുടർന്നു. അങ്ങനെ യാണ് കുറ്റാന്വേഷണ വിഭാഗമായ ക്രൈംബ്രാഞ്ചിൽ രണ്ടാമൂഴത്തിനായി ഞാൻ എത്തിയത്. അനേകം കേസ്സുകളുടെ ഫയലുകൾ പഠിക്കുവാൻ അന്വേഷണങ്ങൾ നടത്തുവാൻ ക്രൈംബ്രാഞ്ചിൽ ജോലിചെയ്ത നാലു വർഷംകൊണ്ട് അവസരമുണ്ടായി അതിൽ മനസ്സിൽ ആഴത്തിൽ സ്പർശി ച്ചതായിരുന്നു സ്റ്റാമ്പ് കേസ്.

പത്തനംതിട്ട ജില്ലയിലെ പ്രശസ്തമായ പാർത്ഥസാരഥിക്ഷേത്രം സ്ഥിതിചെയ്യുന്ന സ്ഥലത്തിനു സമീപമുള്ള സുന്ദരമായ ഒരു ഗ്രാമത്തി ലായിരുന്നു സംഭവം. (1992) മോളിക്കുട്ടിയുടെ ഭർത്താവ് ഗൾഫിലാണ് ജോലി ചെയ്തിരുന്നത്. നാലുവയസ്സുള്ള കൊച്ചുമകനുമായി ഭർത്താ വിന്റെ മാതാപിതാക്കളോടൊപ്പമാണ് അവൾ താമസിച്ചിരുന്നത്. സർക്കാർ സർവ്വീസിൽനിന്നു വിരമിച്ചവരാണ് മാതാപിതാക്കൾ. നാട്ടിൽ നിലയും വിലയുമുള്ളവർ.

അക്കാലത്ത് അന്തർദ്ദേശീയ ടെലിഫോൺകോളുകൾക്ക് വളരെ ഉയർന്ന നിരക്കായിരുന്നു. കത്തുകളിലൂടെയാണ് വീട്ടുവിശേഷവും നാട്ടു വിശേഷവുമൊക്കെ അറിഞ്ഞിരുന്നത്. മോളിക്കുട്ടിക്കു സ്വന്തമായി വരു മാനമൊന്നുമില്ല. പണം ചെലവിടാൻ കർശനനിയന്ത്രണമുള്ള വീട്.

ഇൻലന്റും സ്റ്റാമ്പുമൊക്കെ യഥേഷ്ടം വാങ്ങാനാവില്ല. അവൾക്കാണെങ്കിൽ അകലെയുള്ള പ്രിയതമനോട് ഒരു നൂറുകൂട്ടം കാര്യങ്ങൾ പറയാനുമുണ്ട്. എന്തുചെയ്യും? ഒരു ഉപായം കണ്ടുപിടിച്ചു. വീട്ടിൽ വരുന്ന കത്തുകളിൽ നിന്നും തപാൽമുദ്ര നന്നായി പതിയാത്ത സ്റ്റാമ്പുകൾ ഇളക്കിയെടുക്കും ഇവ ഉപയോഗിച്ച് രാജുവിന് (ഭർത്താവ്) ഇഷ്ടംപോലെ കത്തുകളെഴുതും. രാജുവിനും ഈ സൂത്രം അറിയാമായിരുന്നു.

പോസ്റ്റോഫീസ് ജീവനക്കാർ ഒരു ദിവസം ഇതു കണ്ടുപിടിച്ചു. അവർ പോസ്റ്റുമാനെ വിവരം ധരിപ്പിച്ചു. അയാൾ പോസ്റ്റോഫീസ് നിയമത്തിലെ വ്യവസ്ഥകൾ ഉദ്ധരിച്ച് മോളിക്കുട്ടിയോടു വിശദീകരണം ചോദിച്ച് കത്തയച്ചു. അവൾ ഭയന്നുപോയി. അപ്പച്ചനും അമ്മച്ചിയും അറിഞ്ഞാൽ.... ആരും അറിയാതെ അവൾ കത്ത് കീറിക്കളഞ്ഞു. മറുപടി കിട്ടാതെ വന്നപ്പോൾ പോസ്റ്റ്മാൻ സംഭവം പൊലീസ് സ്റ്റേഷനിലേക്ക് പരാതിയായി അയച്ചു. കേന്ദ്ര സർക്കാർ വകുപ്പിന്റെ പരാതിയല്ലേ? സബ് ഇൻസ്പെക്ടർ അന്വേഷണത്തിനായി ഒരു പൊലീസുകാരനെ ഏല്പിച്ചു. മോളിക്കുട്ടിയുടെ വീട്ടിൽ ഒരു ദിവസം രാവിലെ കട്ടി മേൽമീശയുള്ളൊരു പൊലീസുകാരൻ കയറിച്ചെന്നു. "ആരാണീ മോളിക്കുട്ടി?" പരുപരുത്ത സ്വരത്തിലാണ് ചോദ്യം.

"ഞങ്ങളെ മോന്റെ ഭാര്യയാണ്."

"സ്റ്റേഷൻവരെ വരണം. എസ്.ഐ.ക്കൊന്നു കാണണം."

"എന്താ കാര്യം സാറേ?"

"അതൊന്നും എനിക്കറിയത്തില്ല. ഇന്നുതന്നെ വന്നേക്കണം."

ഘനഗംഭീരമായി പറഞ്ഞ് പൊലീസുകാരൻ പോയി. അപ്പച്ചൻ മോളിക്കുട്ടിയെ വിളിച്ചു. കാര്യം അന്വേഷിച്ചു. അവൾ പേടിച്ചരണ്ടു പോയിരുന്നു.

"എനിക്കൊന്നും അറിയാമ്മേല. വീടിനകത്തിരിക്കുന്ന എന്നെ എന്തിനാ പൊലീസ് അന്വേഷിച്ചുവരുന്നത്" എന്നു പറഞ്ഞൊഴിഞ്ഞു. അപ്പച്ചൻ അതു ശരിവെച്ചു.

"അതു ശരിയാ. അവർക്ക് ആളു തെറ്റിയതായിരിക്കും. നീ പൊലീസ് സ്റ്റേഷനിലൊന്നും പോകേണ്ട."

അന്നു രാത്രിയിലും പിന്നെ പല രാത്രികളിലും മോളിക്കുട്ടിക്ക് ഉറങ്ങാൻ കഴിഞ്ഞില്ല. 'കുരുക്കായോ ദൈവമേ?' എന്നവൾ ചിന്തിച്ചു പുകഞ്ഞു.

കാര്യമെന്തായാലും അയൽക്കാരും പൊലീസുകാരൻ വന്ന കാര്യം അറിഞ്ഞു. "എന്തിനാ ജോൺസാറേ മോളെ അന്വേഷിച്ചു പൊലീസ് വന്നെന്നു കേട്ടല്ലോ." പിറ്റേന്നു രാവിലെ പള്ളിയിൽ നിന്നിറങ്ങിയ അപ്പച്ചനോടു പലരും ചോദിച്ചു. വീട്ടിൽ വന്ന് ആ ദേഷ്യം മുഴുവൻ മകളോടാണു തീർത്തത്. രണ്ടുനാൾ കഴിഞ്ഞു. മോളിക്കുട്ടി കണ്ടു. അതാ ആ പരുക്കൻ പൊലീസുകാരൻ വീണ്ടും വരുന്നു. രണ്ടാംതവണ വന്നപ്പോൾ അയാൾ ഭീഷണി മുഴക്കി.

"ഇന്നു സ്റ്റേഷനിൽ വന്നില്ലെങ്കിൽ വണ്ടിയുമായി എസ്.ഐ. അദ്ദേഹം ഇങ്ങോട്ടു വരും. പിന്നെ മോളെ ഇറക്കാൻ വക്കീലും ജാമ്യക്കാരും വേണ്ടിവരും. കളിക്കാൻ നിക്കണ്ട കേട്ടോ."

കോപിഷ്ഠനായി അയാൾ ആക്രോശിച്ചു. മുറ്റത്തേക്കിറങ്ങിയിട്ട് ഉറക്കെ ആരോടെന്നില്ലാതെ അയാൾ പറഞ്ഞു.

"കേന്ദ്ര സർക്കാരിന്റെ കേസ്സാ സൂക്ഷിച്ചോ."

അപ്പച്ചൻ അന്നു പതിവിലേറെ ദേഷ്യപ്പെട്ടു.

"ഇന്നുവരെ ഈ കുടുംബത്തിലാരും പൊലീസ്സ്റ്റേഷനിൽ പോകേണ്ടി വന്നിട്ടില്ല. ഈ എരണം കെട്ടവൾ കാരണം അതും സംഭവിച്ചു. എന്താടി ഉണ്ടായത് സത്യം പറഞ്ഞോണം."

അമ്മച്ചിയും കൂട്ടത്തിൽ കൂടി. എല്ലാ പ്രതിരോധവും തകർന്നുപോയ മോളിക്കുട്ടി നടന്നതെല്ലാം പറഞ്ഞു.

"ആഹാ! ഇത്രയേ ഉള്ളോ കാര്യം? പത്തോ മുപ്പതോ രൂപയുടെ സ്റ്റാമ്പിന്റെ കാര്യമല്ലേ ഉള്ളൂ. മോളു പേടിക്കേണ്ട അപ്പച്ചനും കൂടെ സ്റ്റേഷനിലോട്ടുവരാം.' എന്നല്ല അയാൾ പറഞ്ഞത്.

"ഈ കുടുംബത്തിൽ ഇന്നുവരെ ആരും കള്ളത്തരം കാട്ടിയിട്ടില്ല. നീ കാരണമാണി നാണക്കേടൊക്കെ. നീ ഈ വീടു മുടിപ്പിക്കും...." ഇങ്ങനെ നീണ്ടുപോയി കടുത്ത വാക്കുകൾ.

"നീ ആ എസ്.ഐ.യെ കാണാൻ പൊക്കോടി. അയാൾ എന്തൊക്കെയാണോ ചെയ്യാൻ പോകുന്നത്. നാട്ടുകാർക്കു പറയാൻ വകയായല്ലോടീ."

അമ്മച്ചിയും വിട്ടില്ല. തകർന്നുപോയി പാവം! സഹോദരന്മാരില്ലാത്ത അവൾ പൊലീസ്സ്റ്റേഷനിൽ പോകുവാൻ അപ്പച്ചന്റെ സഹായം ചോദിച്ചു. അയാൾ വിസമ്മതിച്ചുവെന്നു മാത്രമല്ല വീണ്ടും ശകാരവും ശാപവാക്കുകളും തുടങ്ങി. അവൾ ഒറ്റയ്ക്കു ടൗണിലേക്കിറങ്ങി. കവലയിലെത്തിയപ്പോൾ ഭർത്താവിന്റെ സുഹൃത്തായ ബാബുവിനെ കണ്ടു. അയാൾ കൂട്ടത്തിൽ പൊലീസ്സ്റ്റേഷനിൽ വരാമെന്നു സമ്മതിച്ചു.

സ്റ്റേഷനിൽ അവൾ പ്രതീക്ഷിച്ചതൊന്നും ഉണ്ടായില്ല. എസ്.ഐ.യ്ക്ക് ഇതൊക്കെ നിസ്സാരകേസ്. താക്കീതുചെയ്ത് അയാൾ മോളിക്കുട്ടിയെ പറഞ്ഞയച്ചു. മോളിക്കുട്ടിയും ബാബുവും പൊലീസുസ്റ്റേഷനിൽ നിന്നും ഇറങ്ങിവരുന്നതു കണ്ട നാട്ടുകാർക്ക് ഒരു ചർച്ചാവിഷയം കിട്ടി. രണ്ടുനാൾ കഴിഞ്ഞപ്പോൾ ഇവരെ ലോഡ്ജിൽ നിന്നും പൊലീസ് പിടികൂടിയെന്നും എസ്.ഐ., ബാബുവിനെ തല്ലിയെന്നുമൊക്കെ പുതിയ കഥകൾ പ്രചരിച്ചു. അപ്പച്ചനു പുറത്തോട്ട് ഇറങ്ങാൻ വയ്യാണ്ടായി. അവളുടെ നേരെ അപ്പച്ചനും അമ്മച്ചിയും അപവാദശരങ്ങൾ തൊടുത്തുവിട്ടു.

നാട്ടിലും വീട്ടിലും ആ സ്ത്രീക്ക് ജീവിതം ദുസ്സഹമായി. അവൾ കുഞ്ഞിനെയുമെടുത്ത് സ്വന്തം വീട്ടിലേക്കുചെന്നു. മാവേലിക്കരയ്ക്കു

സമീപമുള്ള കാർഷികമേഖലയിലെ ഒരു ഉൾനാട്ടിലായിരുന്നു അവളുടെ വീട്. ഉമ്മറത്തുതന്നെ സ്വന്തം പിതാവിനെ കണ്ടപ്പോൾ ഒത്തിരി ആശ്വാസമായി. ചെന്നപാടെ കണ്ണീരോടെ അദ്ദേഹത്തോട് എല്ലാം പറഞ്ഞു. "എന്റെ മോളേ, നീ ഇത്ര പാവമായിപ്പോയല്ലോ. നിനക്ക് സ്റ്റാമ്പിനു കാശു വേണമെങ്കിൽ എന്നോടു ചോദിച്ചാൽ മതിയായിരുന്നല്ലോ സാരമില്ല. നീ ഇവിടെ രണ്ടുമൂന്നുദിവസം നിൽക്ക്. മനസ്സൊന്നു തണുക്കട്ടെ. ഞാൻ വന്നു നിന്റെ അപ്പച്ചനോടും സംസാരിക്കാം. ഇനി അകത്തോട്ട് ചെല്ല്. കാപ്പി കുടിച്ചോളൂ" എന്നല്ല അയാളും പറഞ്ഞത്.

"എനിക്കൊന്നും കേൾക്കണ്ടായേ. എന്റെ മക്കളെയാരേം ഇതുവരെ പൊലീസ് പിടിച്ചിട്ടില്ല. നീ കേസും വഴക്കും ഉണ്ടാക്കിയിട്ട് ഇങ്ങോട്ടു വന്നിരിക്കുവാണോ. നീ തന്നെ അതൊക്കെ തീർത്തോണം. എനിക്കിതിനൊന്നും മിനക്കെടാൻ പറ്റില്ല."

ക്രുദ്ധനായി അയാൾ അകത്തേക്കു കയറിപ്പോയി.

അവൾ നിരാലംബയായി, കുഞ്ഞുമായി ഭർതൃഗ്രഹത്തിൽ തിരികെയെത്തി. അന്നു രാത്രി തന്റെ പുന്നാര കുഞ്ഞിനെ ഉറക്കി. കവിളത്ത് ഒരു ദീർഘചുംബനം നൽകി അവൾ യാത്രയായി. ശകാരങ്ങളും കേസുകളുമില്ലാത്ത ഒരു ലോകത്തേക്ക്.

നാട്ടുകാർ ഇളകി. പ്രക്ഷോഭണം, ആക്ഷൻ കൗൺസിൽ, കവല പ്രസംഗം "മോളിക്കുട്ടിയുടേതു കൊലപാതകം തന്നെ" ഉച്ചഭാഷിണികൾ വിളിച്ചുപറഞ്ഞു.

അന്വേഷണത്തിന്റെ ഫയലുകളിൽ നിന്നും നടന്നതൊക്കെ വ്യക്തമായി. വിദ്യാസമ്പന്നയായ, ആരോഗ്യവതിയായ, ഭർത്താവിനെ ജീവനു തുല്യം സ്നേഹിച്ച മോളിക്കുട്ടി. വെറും പത്തോ മുപ്പതോ രൂപ വിലവരുന്ന സ്റ്റാമ്പുകളും ഉറ്റവരുടെയും ഉടയവരുടെയും കരുണയില്ലാത്ത വാക്കുകളും ആ പെൺകുട്ടിയുടെ ജീവനെടുത്ത സംഭവം മനസ്സിൽ ഒരു നീറ്റലായി അവശേഷിച്ചു. ക്രൈംബ്രാഞ്ചിൽ ജോലിചെയ്ത് വർഷങ്ങളിൽ ഇത്തരം നൂറുക്കണക്കിന് ആത്മഹത്യകളുടെ അന്വേഷണം അനുഭവങ്ങളായി മാറി.

ഷംസിയായുടെ കഥ

1993-ൽ നടന്ന മറ്റൊരു സംഭവവും വേദനിപ്പിക്കുന്ന ഓർമ്മകൾ നൽകിയതായിരുന്നു. ഷംസിയ എന്ന യുവതിയുടെ കഥ. ഇടുക്കി ജില്ലയിലെ അടിമാലിക്കടുത്തുള്ളൊരു ഗ്രാമീണഭവനം. എറണാകുളം ജില്ലയിലെ നേര്യമംഗലത്തിനടുത്തുള്ള ഒരു ബിസിനസ്സുകാരന്റെ മകൾ ഷംസിയ (യഥാർത്ഥ പേരല്ല) ഭർത്താവിന്റെ വീട്ടിൽ നിക്കാഹ് കഴിച്ചെത്തുമ്പോൾ പ്രായം 18 കഴിഞ്ഞിട്ടേയുള്ളൂ. ഭർത്താവ് ബഷീർ മിക്കവാറും ബാപ്പയോടൊപ്പം മറയൂരിലെ കൃഷിത്തോട്ടത്തിലായിരിക്കും. ബാപ്പയ്ക്ക് കൃഷിക്കുപുറമെ അടയ്ക്കായുടെ മൊത്തക്കച്ചവടവും ഉണ്ട്. വീട്ടിൽ

പിടിപ്പതു പണിയുണ്ട്. പറമ്പിൽ പണിക്കാർ മിക്കവാറും കാണും. അവർക്ക് കപ്പയും (മരച്ചീനി) മറ്റുള്ള ആഹാരവും ഉണ്ടാക്കണം. ഭർത്താവിന്റെ അമ്മ ഒന്നും ചെയ്യില്ല. വലിവിന്റെ (ആസ്തമ) രോഗമാണത്രേ. പണിയൊക്കെ എത്ര ചെയ്താലും എന്തെങ്കിലും കുറ്റങ്ങൾ കണ്ടുപിടിച്ചു ശകാരിക്കുന്നതിൽ ഉമ്മയ്ക്ക് നല്ല കഴിവാണ്. "ഹൊ. എങ്ങാണ്ടൂന്നു വന്നിരിക്കുന്നൊരു പഠിത്തക്കാരി. ഇവള്ളു വെയ്ക്കുന്നതൊന്നും തിന്നാൻ കൊള്ളൂല്ല."

ഉമ്മ അവജ്ഞയോട ആവർത്തിക്കുമ്പോൾ ആഹാരം കഴിച്ചുകൊണ്ടിരിക്കുന്ന പണിക്കാർ കുലുങ്ങിച്ചിരിക്കും. പാചകം കഴിഞ്ഞാൽ പിന്നെ വീട് അടിച്ചു തുടയ്ക്കണം.

"വൃത്തീം മെനേം ഇല്ലാത്തോള്. എന്റെ മോന് ആലുവായീന്നു നല്ല മൊതലാളിമാര് കല്യാണം നടത്താൻ വന്നതാ. ഇവക്കട ബാപ്പയെപ്പലെ പത്തുപേരെ വെലക്കെടുക്കാൻ പോന്ന പണക്കാർ."

ഉമ്മ കൂടെക്കൂടെ പറയും. 'എന്നാപ്പിന്നെ ആ മൊതലാളിയുടെ മകളെ അങ്ങു കെട്ടിച്ചു കൊടുത്തുകൂടായിരുന്നോ?' ഷംസിയ മനസ്സിൽ പരിഭവം പറയും. ഉറക്കെ പറയാൻ കഴിയൂലാ. എങ്ങാനും മറുപടി പറഞ്ഞാൽ അയ്യോ, ബാപ്പയും ബഷീറും വരുമ്പോൾ ഒരു കുട്ട നിറയെ പരാതിയും പള്ളും പറഞ്ഞുകൊടുക്കും ഉമ്മ. മുമ്പൊരിക്കൽ പറ്റിയതാണ്. അതിൽപ്പിന്നെ അവൾ ഒന്നും പറയാറില്ല. മൂവാറ്റുപുഴയിലെ കോളേജ് ഹോസ്റ്റലില് താമസിച്ചു പഠിച്ച രണ്ടു വർഷത്തെ മധുരസ്മരണകൾ അയവിറക്കി കണ്ണീരോടെ അവൾ ജോലികളൊക്കെ ചെയ്തു. അടുക്കളയിൽ സഹായിക്കുവാൻ ഒരാളെ നിർത്തണേ എന്നു പലതവണ ബഷീറിനോടു പറഞ്ഞു. ഉമ്മയോടും പറഞ്ഞു. ബഷീർ നിസ്സഹായനാണ്. ബാപ്പയുടെ മുന്നിൽ ചെന്നാൽ കുഞ്ഞാടിനെപ്പോലെ ഒതുങ്ങിനിൽക്കും. അത്ര തന്നെ. ഉമ്മയാണെങ്കിൽ ജോലിക്ക് ആളെ വെച്ചുകൂടെ എന്നു ചോദിച്ചതിന് ഒരു ദിവസം മുഴുവനും ശകാരമായിരുന്നു.

"നിന്റെ ബാപ്പ ആരാടീ? കൊയപ്പത്തൊടി ഹാജിയാരോ? ഹൊ, അയാള് ഇവിടെ വണ്ടിനിറച്ചും പൊന്നുകൊണ്ടുവന്നതല്ലേ. പുന്നാരമോളെ പല്ലക്കിൽ എഴുന്നള്ളിക്കാനാണോടീ ഇങ്ങോട്ടു കെട്ടിയെടുത്തത്" തുടങ്ങി പിതാമഹന്റെ കുടുംബംമുതൽ ഉള്ളവരെയൊക്കെ അടച്ചാക്ഷേപിക്കും. പണിക്കാരുടെ മുന്നിൽവച്ച് തന്റെ ബാപ്പയെ ദരിദ്രവാസിയെന്നും നാടുനീളെ നിരങ്ങുന്നവനെന്നുമൊക്കെ അധിക്ഷേപിച്ചപ്പോൾ ഷംസിയ ഒരുപാടു കരഞ്ഞു. ബഷീർ ആഴ്ചയിലൊരിക്കലാണു വരിക. വന്നാൽ തന്നെ മിണ്ടാൻ കിട്ടൂല്ല. നാട്ടിൽ ചെയ്തുതീർക്കേണ്ട എന്തെങ്കിലും കാര്യത്തിനായി ഉമ്മ പറഞ്ഞയയ്ക്കും. പിന്നെ രാത്രിയാവുമ്പോഴാണു വരിക. എന്തെങ്കിലും ആവലാതി പറയാൻ തുടങ്ങിയാലോ ഉടനെ ദേഷ്യപ്പെടും. സത്യത്തിൽ അയാളുടെ നിസ്സഹായതയാണ് ദേഷ്യത്തിനു പിന്നിൽ, ഷംസിയ അതു മനസ്സിലാക്കിയിരുന്നു.

അങ്ങനെയിരിക്കേയാണ് ബഷീറിന്റെ സഹോദരി ആമിനാ പ്രസവശുശ്രൂഷയ്ക്കായി വന്നുചേർന്നത്. ഏഴുമാസം ഗർഭിണിയാണെങ്കിലും

രണ്ടുമക്കളുടെ അമ്മയാണെങ്കിലും ഷംസിയയോടു ദയയോടെ സംസാരിക്കില്ല. "ഉമ്മയുടെ ശരിക്കുള്ള മോൾ," ഷംസിയ പിറുപിറുത്തു.

ആമിനയെ ശുശ്രൂഷിക്കുന്ന ഭാരംകൂടി കൗമാരം കഴിയാത്ത ഷംസിയയുടേതായി. അവൾ ശരിക്കും മടുത്തു. ഒന്നു വീട്ടിൽ പോകാമെന്നു വച്ചാലോ. ബഷീർ കൂട്ടിനു വരില്ല. ഒറ്റയ്ക്കുപോയാൽ നാട്ടുകാരെന്തു പറയും? ഇളയ സഹോദരങ്ങളേയും മാതാപിതാക്കളെയും കാണാൻ ഏറെ കൊതിയുണ്ടായിരുന്നു. എത്രയേറെ സ്നേഹമുള്ള വീടായിരുന്നു തന്റേത്. ബാപ്പയും ഉമ്മയും ഏറെ ലാളന തന്നു. ഉല്ലാസത്തിന്റെ നാളുകൾ കഴിഞ്ഞിട്ട് ഈ നരകത്തിലേക്ക്. അവൾ തേങ്ങലോടെ ഓർത്തുപോയി.

ബാപ്പയും ബഷീറും വീട്ടിലില്ലാതിരുന്ന ഒരു ദിവസമാണ് അതു സംഭവിച്ചത്. അന്ന് പ്രാതലിനു കപ്പപ്പുഴുക്കായിരുന്നു. ഷംസിയയാണ് ഉണ്ടാക്കിയത്. കറിയൊന്നുമില്ലായിരുന്നു. മുളകുപൊട്ടിച്ചതുമാത്രം. കപ്പപ്പുഴുക്കിനു രുചിയില്ല. ശരിക്കു വെന്തില്ല. മുളകുപൊട്ടിച്ചതിനു ഉപ്പു കൂടിപ്പോയി എന്നൊക്കെ പറഞ്ഞ് ഉമ്മ ശകാരം തുടങ്ങി. ഷംസിയയ്ക്ക് പണിയൊന്നും അറിയില്ല. ആരോഗ്യമില്ല. നാലുകാശിനു കൊള്ളില്ല എന്നൊക്കെ പറഞ്ഞുകൊണ്ടിരുന്നു. കൂട്ടത്തിൽ ആമിനയും കൂടി. ശകാരവും തന്റെ വീട്ടുകാരെ അധിക്ഷേപിക്കലും കൂടിക്കൂടിവന്നു. തന്റെ ഉമ്മ പിഴച്ചവളാണെന്നുകൂടി പറഞ്ഞപ്പോൾ ഷംസിയയ്ക്കു സഹിച്ചില്ല. ക്ഷമയുടെ അതിർവരമ്പുകളെല്ലാം പൊളിഞ്ഞുവീണു. അവൾ ഉമ്മയോട് എന്തൊക്കെയോ പറഞ്ഞു. ഒടുവിൽ പറഞ്ഞുനിർത്തി.

"എന്നെ വേണ്ടെങ്കിൽ എന്റെ വീട്ടിൽ കൊണ്ടുപോയി വിട്ടേക്കൂ"

ഉമ്മ അതിൽ പിടിച്ചുകയറി. "അതേടീ നിന്നെ വീട്ടിലേക്കു വിടാമെടി. അവിടെ നിനക്ക് ആരോ ഇഷ്ടക്കാരുണ്ട്. അതല്ലെ നിനക്കു മോഹം" എന്നു തുടങ്ങി ഷംസിയയ്ക്കു രഹസ്യകാമുകനുണ്ടെന്നും വരെ പറഞ്ഞു. ആമിനയും ഏറ്റുപിടിച്ചു. ഷംസിയയ്ക്കു സഹിക്കാനായില്ല. എത്രനാൾ ഈ ശകാരവും ആക്ഷേപവും സഹിച്ചു ജീവിക്കും? കൂട്ടത്തിൽ നടുവൊടിക്കുന്ന ജോലിയും. സ്നേഹത്തോടെ ഒരു വാക്കുപോലും പറയുവാൻ ആ വീട്ടിൽ ഒരാളില്ല. വേണ്ട മടുത്തു. മടുത്തു ഈ ജീവിതം. അവൾ ഓടിച്ചെന്നു കന്നുകാലിക്കൂടിന്റെ ഉത്തരത്തിൽ വച്ചിരുന്ന വിഷം എടുത്തു. വാരിത്തിന്നു. വാഴക്കൃഷിക്കായി കൊണ്ടുവെച്ചിരുന്ന മാരകവിഷമായ 'ഫോറേറ്റ്' ആയിരുന്നു അത്.

ഷംസിയ തളർന്നുവീണു. വായിൽനിന്നു നുരയും പതയും വന്നു. ഉമ്മ ആകെ ഭയന്നു. വിളിച്ചുകൂവി. ആരൊക്കെയോ വന്നു. ഒരു ജീപ്പു പിടിച്ച് ഷംസിയയെ അടിമാലിയിൽ ആശുപത്രിയിൽ കൊണ്ടുചെന്നു. പക്ഷേ, ഡോക്ടർമാർക്ക് ഒന്നും ചെയ്യാൻ കഴിഞ്ഞില്ല. അവൾ മരിച്ചു കഴിഞ്ഞിരുന്നു. ശകാരങ്ങളും അധിക്ഷേപങ്ങളുമില്ലാത്ത ലോകത്തേക്ക് അവൾ യാത്രയായി.

സംഭവം അടിമാലിയിലും നേര്യമംഗലത്തും ഏറെ ഒച്ചപ്പാടുണ്ടാക്കി. പ്രക്ഷോഭണം, പൊലീസ് അന്വേഷണം ഷംസിയയുടെ ബാപ്പായ്ക്ക് അന്വേഷണത്തിൽ തൃപ്തിവന്നില്ല. ബഷീറിന്റെയും ബാപ്പായുടെയും പണവും രാഷ്ട്രീയസ്വാധീനവും അന്വേഷണത്തിന്റെ മുനയൊടിക്കുന്ന തായി പരാതിപ്പെട്ടുകൊണ്ട് അയാൾ ഹൈക്കോടതിയെ സമീപിച്ചു. ഈ കേസ് ക്രൈംബ്രാഞ്ച് ഡി.ഐ.ജി. സിബി മാത്യൂസ് നേരിട്ട് അന്വേഷി ക്കണം. ഹൈക്കോടതി ഉത്തരവായി. വീണ്ടും അന്വേഷണം തെളിവെടുപ്പ്. തൊടുപുഴ കോടതിയിൽ കേസ് എല്ലാം ഉണ്ടായി. പ്രേരണാക്കുറ്റത്തിനു ഭർത്താവിനെയും അമ്മായിമ്മയെയും കോടതി ശിക്ഷിക്കുകയും ചെയ്തു.

എന്നെ പിന്തുടരുന്ന വേദനകൾ

ഔദ്യോഗിക ജീവിതത്തിൽ നേരിട്ട ഇത്തരം നിരവധി സംഭവങ്ങളാണ് ആത്മഹത്യകളെ സംബന്ധിച്ച് ആഴത്തിൽ പഠിക്കുവാനും അവയുടെ സാഹചര്യങ്ങൾ, കാരണങ്ങൾ എന്നിവ കണ്ടെത്തുവാൻ ശ്രമിക്കുവാനും പ്രേരകമായത്. ഒരു പൊലീസുദ്യോഗസ്ഥന്റെയോ അന്വേഷകന്റെയോ റോളിലാണ് എനിക്കീ ആത്മഹത്യകളെയെല്ലാം നേരിടേണ്ടിവന്നത്. പക്ഷേ, ഞാൻ അന്വേഷിച്ച ഓരോ ആത്മഹത്യയും പലപ്പോഴും ഓരോ മുറിപ്പാടാണ്. എന്നെപ്പോലെ ജീവിക്കാൻ ആശയും സാഹചര്യമുണ്ടാ യിരുന്നവർ. എന്നെപ്പോലെ പിരിയാനാകാത്ത സ്നേഹബന്ധങ്ങളുണ്ടാ യിരുന്നവർ. അവർ ഒരു നിമിഷം എല്ലാം മറന്ന് സ്വയം മരണത്തിലേക്കു കുതിക്കുന്നു. ആത്മഹത്യ നടന്ന സാഹചര്യത്തെ അഭിമുഖീകരിക്കുന്ന ഒരു അന്വേഷകനോ സാധാരണക്കാരനോ നേരിടേണ്ടിവരുന്നത് മുറിവേറ്റു ചോര കിനിയുന്ന ജീവിതാനുഭവങ്ങളെയാണ്. മരിച്ചയാളുടെ തകർന്ന വീടും ബന്ധുമിത്രാദികളും ഭാര്യയും മക്കളും എല്ലാം ചേർന്ന് സൃഷ്ടി ക്കുന്ന കണ്ണീർപ്പാടങ്ങൾ മുന്നിൽ നിറയുന്നു.

എന്റെ ഔദ്യോഗികജീവിതത്തിൽ അന്വേഷിക്കേണ്ടിവന്ന പല ആത്മ ഹത്യകളും വളരെക്കാലം എന്നെ പിന്തുടർന്നിട്ടുണ്ട്. ഇതിൽ തൊണ്ണൂറ്റി യൊമ്പത് ശതമാനം മരണവും എല്ലാഗതിയും അടഞ്ഞവന്റെ മരണംവ രിക്കലായിരുന്നില്ല. കേവലം ഒരു ശതമാനം മാത്രമായിരുന്നു വേണമെ ങ്കിൽ മരണം മാത്രമായിരുന്നു പോംവഴി എന്ന് പറയാമായിരുന്നവ. ബാക്കി സന്ദർഭങ്ങളിലെല്ലാം പുറത്തുനിന്ന് ആരെങ്കിലുമൊന്ന് ഇടപെട്ട് മനുഷ്യോ ചിതമായ ഭാഷയിൽ സംസാരിക്കുകയോ സാന്ത്വനിപ്പിക്കുകയോ ചെയ്തി രുന്നെങ്കിൽ ഒഴിവാക്കാവുന്നവയായിരുന്നു. ഒറ്റപ്പെടലും നിസ്സഹായതയു മാണ് ആത്മഹത്യയിലേക്കുള്ള ആദ്യ ചവിട്ടുപടികൾ എന്ന് എന്നെ അനുഭവങ്ങൾ പഠിപ്പിക്കുന്നു. ഈ സത്യം ബോധ്യപ്പെട്ടതോടെ ആത്മ ഹത്യ ചെയ്യുന്നത് വ്യക്തികളാണെങ്കിലും പ്രശ്നത്തെ നേരിടേണ്ടത് സാമൂഹികമായ അന്വേഷണങ്ങളിലൂടെയും പരിശ്രമങ്ങളിലൂടെയു മാണെന്ന തിരിച്ചറിവിൽ ഞാൻ എത്തിച്ചേർന്നു. ഈ വെളിപാടാണ് തുടർന്നുള്ള പഠനങ്ങളിലേക്ക് എന്നെ നയിച്ചത്.

ആത്മഹത്യ: ചില മുൻപഠനങ്ങളും ധാരണകളും

പഴയ മനുഷ്യന്റെ ചിന്തയിൽ ആത്മഹത്യ പാപവും തെറ്റുമായിരുന്നു. അത് വ്യക്തിയുടെ പിഴച്ച ഒരു ചുവടുവെയ്പായി. അപഹസിക്കപ്പെട്ടു. പക്ഷേ, അതിനെ സാമൂഹികജീവിതത്തോടു ചേർത്തുവെച്ച് ചിന്തിക്കുവാനോ പരിഹാരം കാണുവാനോ ആരും തുനിഞ്ഞതായി കാണുന്നില്ല. ഇതിന് മറ്റൊരു കാരണംകൂടിയുണ്ട്. മുതലാളിത്തത്തിന്റെ ആവിർഭാവം വരെ വ്യക്തികൾ ഇന്നത്തേതുപോലെ സമൂഹത്തിൽ നിന്ന് അത്ര സ്വതന്ത്രരായിരുന്നില്ല. ശക്തമായ ഘടനയുള്ള ഒരു സമൂഹത്തിലെ ഒരംഗമാത്രമായിരുന്നു വ്യക്തി. അന്ന് ആത്മഹത്യ അതുകൊണ്ടുതന്നെ കുറ്റവുമായിരുന്നു. മുതലാളിത്തവും അതിന്റെ ഉത്പന്നമായ അണുകുടുംബവ്യവസ്ഥയും വ്യക്തിയെ സ്വതന്ത്രനാക്കി. സ്വതന്ത്രരായ വ്യക്തികൾ ദുഃഖങ്ങളിൽ നിന്നും സ്വതന്ത്രമാകാൻ ആത്മഹത്യകളിൽ അഭയം തേടി. മാർക്സും മറ്റും ചൂണ്ടിക്കാട്ടിയ വ്യക്തിയുടെ അന്യവത്കരണം (Alienation of Individual) എന്ന സാമൂഹികപ്രശ്നവും മറ്റുമാണ് ഇതിനു കാരണങ്ങൾ. ഏതായാലും ആത്മഹത്യ സമൂഹത്തിൽ വർദ്ധിച്ചപ്പോഴാണ് സാമൂഹികശാസ്ത്രചിന്തയ്ക്ക് അത് പ്രധാനപ്പെട്ട ഒരു പഠനവിഷയമാണെന്നു സ്വാഭാവികമായി ബോധ്യപ്പെട്ടത്. പത്തൊമ്പതാം നൂറ്റാണ്ടിന്റെ ഉത്തരാർദ്ധത്തിലാണ് ഇത്തരത്തിൽ സാമൂഹികപ്രശ്നമായി ആത്മഹത്യ പഠിക്കുന്ന പഠനങ്ങളും പഠനതന്ത്രങ്ങളും രൂപപ്പെട്ടത്.

വിഡ്ഢി പറഞ്ഞ ഒരു പൊട്ടക്കഥയോ?

അതുവരെ സാഹിത്യവും മതവും ദൈവശാസ്ത്രവും മാത്രമായിട്ടാണ് ആനുഷംഗികമായി ആത്മഹത്യയെക്കുറിച്ചുള്ള ചിന്തകൾ രൂപപ്പെടുത്തിയത്. അവയിൽ കാലത്തെ അതിജീവിക്കുന്ന ദർശനങ്ങൾ ഉണ്ടായിരുന്നു താനും. ഈ വിഷയം ആലോചിക്കുന്ന ആർക്കും ആദ്യം ഓർമ്മയിൽ വരുന്ന വചനം വിശ്വമഹാകവി ഷേക്സ്പിയറിന്റേതാണ്. അദ്ദേഹത്തിന്റെ 'മാക്ബത്ത്' എന്ന നാടകത്തിൽ അഞ്ചാം അദ്ധ്യായത്തിൽ ജീവിതത്തിന്റെ ക്ഷണികതയെപ്പറ്റി സുപ്രസിദ്ധമായ ഒരു ഉല്ലേഖനമുണ്ട്. ശത്രുസൈന്യത്തിന്റെ വിജയാരവം കേട്ട് നൈരാശ്യത്തിന്റെ പടുകുഴിയിൽ

നിപതിച്ച മാക്ബത്ത് രാജാവ് ഇപ്രകാരം പറയുന്നു. "അണയട്ടെ വേഗമീ ചെറുതിരി! ജീവിതം വെറുമൊരു നിഴൽമാത്രം. രംഗവേദിയിൽ എനിക്കു കിട്ടിയ സമയമത്രയും വിക്കുകയും കിതയ്ക്കുകയും ചെയ്ത് പാഴാക്കിയ വെറുമൊരു വിദൂഷകനാണ് ഞാൻ. ജീവിതം, ഇത് ഏതോ വിഡ്ഢി പറഞ്ഞൊരു പൊട്ടക്കഥ മാത്രമാണ്. ആദ്യവസാനം ശബ്ദഘോഷം മാത്രം നിറഞ്ഞ അർത്ഥശൂന്യമായ ജല്പനം" ഇതു പറഞ്ഞ് ആ ധീര യോദ്ധാവ് വേഗം യാത്രയായി, യുദ്ധഭൂമിയിലേക്ക് അവസാന യാത്ര യാണെന്നറിഞ്ഞുകൊണ്ടുതന്നെ.

ഗ്രീക്ക് ചിന്തകരായിരുന്ന സോക്രട്ടീസും പൈതഗോറസും ആത്മ ഹത്യയെ നിശിതമായി അപലപിച്ചിരുന്നു. ദൈവങ്ങളുടെ ആജ്ഞാനു വർത്തികൾ മാത്രമായ മനുഷ്യർക്ക് സ്വന്തം ജീവിതം നശിപ്പിക്കുവാൻ അധികാരമില്ലെന്നവർ വിധിച്ചു. അരിസ്റ്റോട്ടിലാകട്ടെ ആത്മഹത്യ ഭീരുത്വം നിറഞ്ഞ ഒരു കൃത്യമെന്നു മാത്രമല്ല. അത് രാഷ്ട്രത്തിനെതിരായ ഒരു കുറ്റം കൂടിയാണ് എന്നു പറഞ്ഞുവെച്ചു. എങ്കിലും പുരാതന ഗ്രീസിലെ നാടകാചാര്യനായിരന്ന സോഫോക്ലിസിന്റെ 'ആന്റഗണി' നാടകത്തിൽ ഒരു കൂട്ട ആത്മഹത്യതന്നെ അരങ്ങേറുന്നുണ്ട്. അഭിമാനത്തോടെ മരി ക്കുവാനാണ് ദുരന്തനായികയായ ആന്റിഗണി ആത്മഹത്യ ചെയ്യുന്ന തെങ്കിൽ അതിന്റെ ഭവിഷ്യത്ത് എന്നവണ്ണം അവളെ പ്രേമിച്ചിരുന്ന ഹീമൻ എന്ന രാജകുമാരനും തുടർന്ന് മകനെ നഷ്ടപ്പെട്ട ദുഃഖത്താൽ അമ്മ രാജ്ഞിയായ യൂരിഡിസിയും ആത്മഹത്യ ചെയ്തുകൊണ്ട് ദുരന്തകഥ പൂർണ്ണമാകുന്നു.

മതങ്ങളുടെ കാഴ്ചപ്പാട്

ഏതാനും നൂറ്റാണ്ടുകൾക്കുശേഷം ക്രൈസ്തവദാർശനികരിൽ അഗ്ര ഗണ്യനായ വിശുദ്ധ അഗസ്റ്റിനോസ് ആത്മഹത്യയെപ്പറ്റി ഇങ്ങനെ പറഞ്ഞു. "നിന്ദ്യവും വിനാശകരവുമായ ഒരു ദുഷ്ടത. ഇസ്ലാമിക ചിന്ത യിലും ആത്മഹത്യയെ കൊലപാതകത്തിനു സമമായിത്തന്നെ കരു തുന്നു. അല്ലാഹുവിന്റെ ശാപം ലഭിക്കുവാൻ കാരണമാകുന്ന ഒരു തിന്മ." ബുദ്ധമതത്തിലും ജൈനമതത്തിലും പക്ഷേ, ഇങ്ങനെയല്ല. പുനർജന്മ ത്തിൽ വിശ്വസിക്കുന്ന ഈ മതങ്ങൾ ആത്മാവിന്റെ നിത്യനാശത്തിനു കാരണമായേക്കാവുന്ന ഒരു തിന്മയായി ആത്മഹത്യയെ നിർവചിക്കുന്നില്ല. ജൈനർക്കിടയിൽ ജീവിതം പൂർണ്ണമായെന്നു കരുതുന്ന ആൾ പ്രായോ പവേശം (മരണംവരെ ഉപവസിക്കൽ) തുടങ്ങിയ ചടങ്ങുകൾ അനുഷ്ഠി ക്കുന്ന സമ്പ്രദായങ്ങൾ ഈ ചിന്തയിൽ നിന്നു രൂപപ്പെട്ടതാകാം. രാഷ്ട്രീയ ഇന്ത്യയുടെ ഭൂപടം തന്നെ മാറ്റിമറിച്ച അതിശക്തനായ മൗര്യചക്രവർത്തി ചന്ദ്രഗുപ്തമൗര്യൻ വാർദ്ധക്യത്തിൽ ജൈനമതം സ്വീകരിക്കുകയും കർണ്ണാടകത്തിലെ ശ്രാവണബൽഗോളയിലെത്തി പ്രായോപവേശത്തി ലൂടെ മരണംവരിക്കുകയുമായിരുന്നു എന്ന് ചരിത്രം രേഖപ്പെടുത്തുന്നു.

ഹിന്ദുമതദർശനം തികച്ചും വ്യത്യസ്തവും ദാർശനികവുമായ നില പാടാണ് ഇക്കാര്യത്തിലെടുക്കുന്നത്. പുനർജന്മത്തിൽ ഹിന്ദുക്കൾ

വിശ്വസിക്കുന്നുണ്ടെങ്കിലും ആത്മഹത്യ പാപമെന്നും പരമമായ ഉത്കർഷ ത്തിനു തടസ്സമെന്നും വിലയിരുത്തുന്നു. മോക്ഷത്തിനു കാരണമാകുന്നത് മുകളിലിരിക്കുന്ന ഈശ്വരന്റെ ദയയല്ല. ഓരോ വ്യക്തിയുടെയും കർമ്മ മാണ് ഈ ജന്മത്തിലും കഴിഞ്ഞ ജന്മങ്ങളിലും ചെയ്ത കർമ്മപരമ്പര യാണ് ഒരു വ്യക്തിയെ അയാളാക്കുന്നത്. അപ്പോൾ ഈ ജീവിതം എനിക്കു കിട്ടുന്നത് കർമ്മംകൊണ്ടാണ്. ഞാൻ ധർമ്മനിഷ്ഠയിലുറച്ചു നിന്ന് ജീവിച്ചാൽ എന്റെ വരുംജന്മങ്ങൾ കൂടുതൽ മികച്ച ജീവിതം സാദ്ധ്യമാക്കും. മനുഷ്യജീവിതം അനുസ്യൂതമായ കർമ്മപരമ്പരയാണ്. ആത്മഹത്യയെ അപഹസിക്കുകയും ആത്മഹത്യ ചെയ്തവൻ എത്തുന്ന നരകങ്ങളെ വിവരിക്കുകയും ചെയ്യുന്ന സന്ദർഭങ്ങൾ പുരാണ ഗ്രന്ഥങ്ങളിൽ ധാരാളമുണ്ട്. ഈശ്വരനോട് ഋക്‌വേദത്തിൽ അപേക്ഷി ക്കുന്നു.

'ഓം സ്വസ്തി നോ മിമിതാമശ്വിനാ ഭഗഃ സ്വസ്തി
ദേവ്യദിതിരനർവണഃ സ്വസ്തി പൂഷാ അസുരോ ദധാതു നഃ
സ്വസ്തി ദ്യാവാപൃഥിവീ സുചേതുനാ'

(ഋഗ്വേദം 5.51.11)

(ഗുരുക്കന്മാരും ശ്രുതികളും നമുക്ക് സുഖവും ശാന്തിയും മംഗളവും ചെയ്യട്ടെ. ഐശ്വര്യസമ്പൂർണ്ണമായ പരമാത്മാവ് നമുക്ക് മംഗളമേകട്ടെ. അവിടുത്തെ നിത്യമഹാശക്തി അലസരായ നമുക്ക് ശക്തി നൽകട്ടെ. അന്നം, ദുഗ്ദ്ധം മുതലായ പോഷകവസ്തുക്കളെ നൽകുന്ന പ്രാണദായക മായ മേഘങ്ങളേയും മഴയേയും തരുന്ന ഈശ്വരൻ ശാന്തിയെ നൽകട്ടെ. അന്തരീക്ഷവും ഭൂമിയും നല്ല ചേഷ്ടകളാൽ നമുക്ക് അനുകൂലരാകട്ടെ.)

ഓം യം ദേവാസോവഥ വാജസാതൗ യം സൂരസാതാ
മരുതോ ഹിതേ ധനേ, പ്രാതര്യാവാണം രഥമിന്ദ്ര
സാനസി മരിഷ്യന്തമാ രുഹേമാ സ്വസ്തയേ.

(ഋഗ്വേദം 10.68.14)

(വിദ്വാന്മാരേ! അന്നാദികളുടെ പ്രാപ്തിക്കും ബലത്തിനും ഹിതകരമായ സമ്പത്തിനും ഏത് ഐശ്വര്യവാനായ ഈശ്വരനെ പ്രാപിക്കുവാനും സഹായിക്കുന്ന ഏതു രഥത്തെയാണോ നിങ്ങളൊരുക്കിയിരിക്കുന്നത് ആ രഥത്തിൽ ഞങ്ങളുടെ രക്ഷയ്ക്കായി ഞങ്ങൾ കയറാം.)

ഓം സ്വസ്തി നഃ പഥ്യാസു ധന്വസു സ്വസ്ത്യപ്സു
വൃജനേ സ്വർവതി, സ്വസ്തി നഃ പുത്രകൃഥേഷു യോനിഷു
സ്വസ്തിരായേ മരുതോ ദധാതന

(ഋഗ്വേദം 10.63.15)

(മിത്രഭാഷികളും സത്കർമികളുമായ വിദ്വാന്മാരേ! ഞങ്ങൾക്ക് വഴി കളിലും മുന്നിലുള്ള മരുഭൂമികളും പങ്കെടുക്കേണ്ട യുദ്ധങ്ങളിലും ഗൃഹജീവിതത്തിലും ഭാര്യമാരിലും സർവ്വൈശ്വര്യങ്ങളും മംഗളവും പകർന്നുതന്നാലും.)

ഈശ്വരനോടും ഗുരുക്കന്മാരോടുമുള്ള ഈ പ്രാർത്ഥനകളിൽ നിറഞ്ഞു നിൽക്കുന്നത് ജീവിതത്തെ നന്നായി ആസ്വദിച്ച് ജീവിക്കുവാനുള്ള അദമ്യമായ ത്വരയാണ്. ഈ അഭിവാഞ്ഛയാണ് യജുർവേദത്തിലെ പ്രസിദ്ധമായ ഈ പ്രാർത്ഥനയിലേക്കു നയിക്കുന്നത്.

ഓം പശ്യേമ ശരദഃ ശതം ജീവേമ ശരദഃ ശതം
ശൃണുയാമ ശരദഃ ശതം
പ്രബ്രവാമ ശരദഃ ശതമദീനാഃ സ്യാമ ശരദഃ ശതം
ഭൂയശ്ച ശരദഃ ശതാത്

(യജുർവേദം 36.24)

(ഞങ്ങൾ നൂറു ശരത്തുക്കളെ കണ്ണി കാണട്ടെ! നൂറുവർഷം അവയെ കണ്ട് ജീവിക്കട്ടെ! നൂറുവർഷം കേൾക്കട്ടെ! നൂറുവർഷം പഠനം നടത്തി ജീവിക്കട്ടെ! നൂറുവർഷം യാതൊരു ദൈന്യവും ഇല്ലാത്തവരായി ഭവിക്കട്ടെ! നൂറിലധികം വർഷങ്ങൾ ബ്രഹ്മത്തെ അറിഞ്ഞും കേട്ടും സ്തുതിച്ചു ദീനരഹിതരായി വർത്തിക്കട്ടെ.)

ജീവിതത്തെ നെഞ്ചോടടുക്കി വാരിപ്പുണരുന്ന ഈ വേദവചനങ്ങൾ ആത്മഹത്യസംസ്കാരത്തെ നന്നേ കളിയാക്കുന്നുവെന്നു പറയേണ്ടതില്ലല്ലോ. എന്നിട്ടും ഇന്ന് ഏറ്റവും കൂടുതൽ ആളുകൾ ആത്മഹത്യ ചെയ്യുന്ന മതസമൂഹം ഹിന്ദുസമുദായമാണെന്നതാണ് കഷ്ടതരം!

എങ്കിലും എല്ലാ സമൂഹങ്ങളിലും നിലനിന്നിരുന്നതുപോലെ ഇവിടെയും പ്രായോഗികജീവിതത്തിൽ ആത്മഹത്യകൾ നടന്നിട്ടുണ്ടാകാം. സംഘകാലത്ത് നിലവിലിരുന്ന 'വടക്കിരിക്കൽ', 'മടലേറൽ' എന്നീ രണ്ടു തരം ആത്മഹത്യകളെപ്പറ്റി ചരിത്രകാരന്മാർ പരാമർശിക്കുന്നുണ്ട്. യുദ്ധത്തിൽ അപമാനിതനാകുകയും മുറിവേൽക്കുകയും മറ്റും ചെയ്യുന്ന യോദ്ധാക്കൾ അനുഷ്ഠിക്കുന്ന ആത്മഹത്യാരീതിയാണ് 'വടക്കിരിക്കൽ'. വടക്ക് നോക്കിയിരുന്നു മരണംവരെ ഉപവസിക്കുക. കാമുകിയെ കിട്ടാതെ വരുമ്പോൾ കാമുകൻ നടത്തുന്ന ആത്മഹത്യയായിരുന്നു 'മടലേറൽ'. പനമടൽ വെട്ടി അതിലിരുന്ന് ഉപവസിച്ചു മരിക്കുക. ഈ രണ്ടു രീതികളും പലരും അനുഷ്ഠിച്ചതായി സംഘകാലകൃതികൾ സാക്ഷ്യപ്പെടുത്തുന്നുണ്ട്.

ജപ്പാനിലെ ഹരാകിരി

ചില രാജ്യങ്ങളിൽ ആത്മഹത്യയെ വിരോചിതമായ പ്രവൃത്തിയായി കണക്കാക്കുകയും സമൂഹം അതിനെ ആദരിക്കുകയും ചെയ്യുന്നുണ്ട്. ഉദാഹരണത്തിന് ജപ്പാനിൽ 'ഹരാകിരി അഥവാ സെപ്പുകു' എന്നു വിളിക്കുന്ന ആത്മഹത്യകൾ. ഇത്തരം ആത്മഹത്യകൾ ജപ്പാനിൽ നൂറ്റാണ്ടുകളായി അനുഷ്ഠിച്ചുവരുന്ന ഒരു ആചാരമാണ്. 'സമുരായ്' എന്ന് അറിയപ്പെടുന്ന വീരയോദ്ധാക്കളുടെ കുടുംബങ്ങളിലാണ് ഇപ്രകാരമുള്ള ആത്മഹത്യകൾ സംഭവിക്കുന്നത്. യുദ്ധരംഗത്ത് പരാജയം, ശത്രുക്കളുടെ കൈകളാൽ തടവുകാരനാവുകയും അപമാനിതനാവുകയും ചെയ്യാനുള്ള സാദ്ധ്യത ഇതൊക്കെയായിരുന്നു 'ഹരാകിരി' ചെയ്യാനുള്ള

സാഹചര്യങ്ങൾ. കുറ്റവാളിയായി വിധിക്കപ്പെടുമ്പോൾ, വധശിക്ഷ ലഭിക്കുമെന്ന് ഉറപ്പാകുമ്പോൾ ഇത്തരം യോദ്ധാക്കളുടെ കുലത്തിൽ പെടുന്നവരെ ഹരാകിരി അനുഷ്ഠിച്ച്, അഭിമാനത്തോടെ, സമൂഹത്തിന്റെ ആദരവ് ഏറ്റുവാങ്ങി മരിക്കുവാൻ അനുവദിച്ചിരുന്നു. മരിക്കുവാൻ തീരുമാനമെടുക്കുന്നയാൾ നീരാട്ടു കഴിഞ്ഞ് പ്രത്യേകമായ വെള്ളവസ്ത്രം ധരിച്ച്, ഇഷ്ടഭോജനവും കഴിച്ച് മരണമൊഴിയായി ഒരു കവിതയും രചിച്ച ശേഷം പരസ്യമായിട്ടായിരുന്നു ഹരാകിരി അനുഷ്ഠിച്ചിരുന്നത്. ടാന്റോ എന്നു വിളിക്കുന്ന ഒരു തരം കത്തി വയറിന്റെ മദ്ധ്യഭാഗത്ത് കുത്തിയിറക്കി ഇടത്തുനിന്നും വലത്തേക്കു ചലിപ്പിച്ച് വലിയ ഒരു മുറിവുണ്ടാക്കിയാണ് മരണം വരിച്ചിരുന്നത്. മിക്കവാറും വിശ്വസ്തനായ ഒരു സുഹൃത്തിനെ വേദനയകറ്റി മരണം വേഗത്തിലാക്കുവാനായി ഏല്പിക്കാറുണ്ടായിരുന്നു. ഇയാൾ 'ഹരാകിരി' അനുഷ്ഠിക്കുന്ന ആളിന്റെ ഗളച്ഛേദം നിശ്ചിതസമയത്തു ചെയ്യണം. 'സമുരായ്' വംശങ്ങളിൽപ്പെട്ട സ്ത്രീകൾക്കും ഇപ്രകാരം മരണം വരിക്കുന്ന രീതിയുണ്ടായിരുന്നു. ഇതിന് 'ജിഗായ്' അനുഷ്ഠിക്കുക എന്നാണു പറഞ്ഞിരുന്നത്.

1873-ൽ നീതിന്യായ പരിപാലനത്തിന്റെ ഭാഗമായി 'ഹരാകിരി' നടത്തുവാൻ അനുവദിച്ചിരുന്നതു നിർത്തി. എങ്കിലും ഈ ചിന്താഗതി ജപ്പാനിലെ സംസ്കാരത്തിന്റെ ഭാഗമായി തുടർന്നു. ഒന്നും രണ്ടും ലോകമഹായുദ്ധങ്ങളിൽ പരാജയം സംഭവിച്ചപ്പോൾ അനേകം ജാപ്പനീസ് പട്ടാള ഓഫീസർമാർ യുദ്ധരംഗത്തു വെച്ച് ഹരാകിരി നടത്തിയതായി ചരിത്രത്തിൽ രേഖപ്പെടുത്തിയിട്ടുണ്ട്. ബിസിനസ്സിൽ പരാജയമുണ്ടാകുമ്പോഴും ഗുരുതരമായ ആരോപണങ്ങളാൽ അപമാനിതരാകുമ്പോഴും ജപ്പാൻകാർ ഇന്നും ഈ വഴിക്കു ചിന്തിക്കുന്നുണ്ട്. അതുകൊണ്ടാവണം സമ്പന്നരാഷ്ട്രങ്ങളിൽവെച്ച് ഏറ്റവും ഉയർന്ന ആത്മഹത്യാനിരക്ക് ജപ്പാനിൽ ആവുന്നത്.

സംഘകാലത്ത് നിലവിലുണ്ടായിരുന്നുവെന്നു മുമ്പ് സൂചിപ്പിച്ച 'മടലേറൽ' ഹരാകിരിയുടെ ഇന്ത്യൻ പതിപ്പായി കണക്കാക്കാം.

ഡുർക്കെയിമിന്റെ പഠനങ്ങൾ

1897-ൽ പ്രസിദ്ധീകരിക്കപ്പെട്ട ഫ്രഞ്ച് സാമൂഹ്യശാസ്ത്രജ്ഞനായ എമിൽ ഡുർക്കെയിമിന്റെ 'ലെ സൂയിസൈഡ്' എന്ന ഗ്രന്ഥമാണ് ആത്മഹത്യയുടെ സങ്കീർണ്ണതകളെപ്പറ്റിയുള്ള ആദ്യത്തെ ആധികാരിക പഠനം. സമൂഹത്തിന്റെ കെട്ടുറപ്പിലുള്ള വിള്ളലുകൾ, സമൂഹ മനഃസാക്ഷിയുടെ തകർച്ച ഇതൊക്കെയാണ് ആത്മഹത്യാനിരക്കിലുണ്ടാകുന്ന വർദ്ധന കാണിച്ചു തരുന്നതെന്ന് അദ്ദേഹം പറയുന്നു. പൊതുവെ മൂന്നു പ്രധാന വിഭാഗങ്ങളായി ആത്മഹത്യകളെ ഡുർക്കെയിം തരംതിരിക്കുന്നു.

1. സ്വാർത്ഥകാരണങ്ങൾക്കൊണ്ടു സംഭവിക്കുന്ന ആത്മഹത്യകൾ. വ്യക്തിയും സമൂഹവുമായി അകലുന്നതുകൊണ്ടാണ് ഇത്തരം സംഭവങ്ങളുണ്ടാകുന്നത്.

2. ഏതെങ്കിലും ആശയമോ പ്രസ്ഥാനമോ നൽകുന്ന അതിശക്തമായ പ്രേരണമൂലം ഉണ്ടാകുന്ന ആത്മഹത്യകൾ.

ഇവിടെ വ്യക്തിപരമായ പ്രശ്നങ്ങൾ അപ്രധാനമാണ്. ഭീകര പ്രവർത്തനത്തിന്റെ ഭാഗമായി ആത്മഹത്യാപോരാളികളെ ഉപയോഗിക്കാറുണ്ട്.

3. സമൂഹത്തിന്റെ ചട്ടങ്ങളും നിയമങ്ങളും ഒരുക്കുന്ന ചട്ടക്കൂട്ടിൽ ഒതുങ്ങാൻ കൂട്ടാക്കാത്ത വ്യക്തികൾക്ക് ഉണ്ടാവുന്ന തിരിച്ചടികളാൽ സംഭവിക്കുന്ന ആത്മഹത്യകൾ.

ഇവയെ ഡുർക്കെയിം അനോമിക് സൂയിസൈഡ് എന്നു വിളിച്ചു.

ആത്മഹത്യ എന്ന പ്രതിഭാസത്തെപ്പറ്റി സമഗ്രമായി പഠനം നടത്തിയെങ്കിലും ഡുർക്കെയിമിന്റെ നിഗമനങ്ങളെ ആധുനിക സാമൂഹിക ശാസ്ത്രജ്ഞർ രൂക്ഷമായി വിമർശിക്കുന്നുണ്ട്. അദ്ദേഹത്തിന്റെ പഠനം തീർത്തും താത്ത്വികമായിരുന്നുവെന്നും സ്ഥിതിവിവരക്കണക്കുകൾ ശേഖരിക്കാതെയും യഥാർത്ഥസംഭവങ്ങളെ വിശകലനം ചെയ്യാതെയുമുള്ള അപഗ്രഥനമായിരുന്നുവെന്നുമാണ് പ്രധാന വിമർശനം.

മനുഷ്യസമൂഹത്തിന്റെ വളർച്ചയിൽ മതവിശ്വാസത്തിനുള്ളതായ വലിയ സ്വാധീനത്തെപ്പറ്റിയും എമിൽ ഡുർക്കെയിം സവിശേഷമായ ചില പഠനങ്ങൾ നടത്തിയിരുന്നു.

'വിശുദ്ധമെന്നു കരുതപ്പെടുന്ന വസ്തുതകളെപ്പറ്റി അഥവാ പ്രതീകങ്ങൾ, അനുഷ്ഠാനങ്ങൾ ഇവയെപ്പറ്റിയൊക്കെ ഏകതാനമായ വിശ്വാസങ്ങളും ആചാരങ്ങളും ഒരു സമൂഹത്തെ ഒന്നിപ്പിച്ചു നിറുത്തുവാൻ സഹായിക്കുന്നു എന്ന് അദ്ദേഹം ചൂണ്ടിക്കാണിച്ചു. മാനവസംസ്കാരത്തിന്റെ പുരോഗതിയിൽ സമൂഹത്തിനു കെട്ടുറപ്പും ഒരുമയും യോജിച്ചുള്ള നിലപാടുകളും നൽകിയത് മതവിശ്വാസമായിരുന്നുവെന്നും സമൂഹം നേരിടുന്ന തകർച്ചകളിൽ നശിച്ചുപോകാതെ സംരക്ഷണം നൽകുന്നതിൽ മതവിശ്വാസത്തിനു നിർണ്ണായകമായ പ്രാധാന്യമുണ്ടെന്നും ഡുർക്കെയിം അഭിപ്രായപ്പെട്ടു.

ആധുനിക തത്ത്വചിന്തയുടെ പ്രണേതാവായ ഴാങ്ങ്പോൾ സാർത്രിന്റെ അഭിപ്രായത്തിൽ മനുഷ്യജീവിതംതന്നെ നിരർത്ഥകമാണ്. ആത്മഹത്യയാകട്ടെ മനുഷ്യന്റെ അസ്തിത്വനിഷേധമാകയാൽ ഏറ്റം വലിയ മടയത്തരം തന്നെ. 1980–ൽ മരിക്കുന്നതുവരെ നാസ്തികതയിൽ ഉറച്ചുനിന്ന അദ്ദേഹത്തിന്റെ ദാർശനികതയിൽ ദൈവത്തിനും മതവിശ്വാസത്തിനും ഒരു സ്ഥാനവും നൽകിയില്ല.

ആധുനികയുഗത്തിലെ പ്രതിഭാസങ്ങളായ വ്യവസായവൽക്കരണവും നഗരവൽക്കരണവും യാഥാസ്ഥിതിക സമൂഹത്തിന്റെ ചിന്താധാരകളെയും സാമൂഹികബന്ധങ്ങളെയും തകിടം മറിച്ചു. ഇപ്രകാരം വേരുകൾ നഷ്ടപ്പെട്ട് പറിച്ചുമാറ്റപ്പെട്ട സമൂഹങ്ങളിലാണ് ആത്മഹത്യപോലുള്ള സാമൂഹ്യമായ അപഭ്രംശങ്ങൾ കൂടുതലും ഉണ്ടാവുന്നതെന്നു

സാമൂഹികശാസ്ത്രജ്ഞനായ ഹൻസ് നാഗ്പാൽ അഭിപ്രായപ്പെടുന്നു.

ഇത്തരം ആത്മഹത്യാതരംഗത്തെ, പ്രമുഖവ്യക്തികളുടെ ആത്മഹത്യകൾ ഉണ്ടാക്കുന്ന, ഭവിഷ്യത്തുക്കളെ സാമൂഹ്യശാസ്ത്രജ്ഞന്മാർ 'വെർതർ ഇഫക്ട്' എന്നാണ് വിശേഷിപ്പിക്കുന്നത്. പത്രമാധ്യമങ്ങളിലൂടെ അറിയാനിടയാകുന്ന ആത്മഹത്യകളെക്കുറിച്ചുള്ള വാർത്തകൾ നേരത്തെതന്നെ ആത്മഹത്യാ പ്രവണതയുള്ള, അഥവാ ജീവിതം അവസാനിപ്പിക്കുന്നതിനെപ്പറ്റി ചിന്തിച്ചുകൊണ്ടിരുന്ന പലരേയും ആത്മഹത്യയ്ക്കു പ്രേരിപ്പിക്കുന്നു. ജർമ്മൻ സാഹിത്യകാരനായിരുന്ന ഗോയ്ഥെ 1774ൽ പ്രസിദ്ധീകരിച്ച 'വെർതറുടെ ദുഃഖങ്ങൾ' (The sorrows of Young Werther) എന്ന നോവലിലെ നായകകഥാപാത്രമായിരുന്ന ആർട്ടിസ്റ്റ് വെർതർ പ്രേമനൈരാശ്യം മൂലം സ്വയം വെടിവെച്ചു മരിക്കുന്നതാണ് നോവലിന്റെ പ്രമേയം. ആ നോവൽ യൂറോപ്പിലെങ്ങും പ്രസിദ്ധമായിത്തീർന്നു. തൽഫലമായി പല യുവാക്കളും നോവലിലെ നായകനെ അനുകരിച്ചു വസ്ത്രം ധരിക്കുവാൻ തുടങ്ങി. പലരും പ്രണയ നൈരാശ്യം മൂലം കഥാനായകനെ അനുകരിച്ച് ജീവിതം അവസാനിപ്പിച്ചു. ഇതാണ് 'വെർതർ ഇഫക്ട്' എന്നു സാമൂഹ്യ ശാസ്ത്രജ്ഞന്മാർ വിശേഷിപ്പിക്കുന്ന അനുകരണ സ്വഭാവമുള്ള ആത്മഹത്യകൾ.

എമിൽ ഡുർക്കെയിം
(1858–1917)

1897ൽ പ്രസിദ്ധീകരിക്കപ്പെട്ട എമിൽ ഡുർക്കെയിമിന്റെ 'ലെ സൂയിസൈഡ്' എന്ന ഗ്രന്ഥമാണ് ആത്മഹത്യയുടെ സങ്കീർണ്ണതകളെപ്പറ്റിയുള്ള ആദ്യത്തെ ആധികാരിക പഠനം.

ആത്മഹത്യകൾ വർദ്ധിച്ചുവരുന്നതിനുള്ള കാരണങ്ങൾ സമൂഹത്തിന്റെ പൊതുവായ പ്രശ്നങ്ങളാണോ അതല്ല വ്യക്തികളുടെ മനഃശാസ്ത്രപരമായ പ്രത്യേകതകളാണോ എന്നത് സാമൂഹികശാസ്ത്രജ്ഞന്മാർക്കിടയിൽ ഒരു തർക്കവിഷയമാണ്. വിവാഹബന്ധത്തിലും കുടുംബജീവിതത്തിലുമുണ്ടാവുന്ന പ്രശ്നങ്ങൾ, ജീവിതനിലവാരത്തിൽ പെട്ടെന്നുണ്ടാവുന്ന തകർച്ചകൾ, ദീർഘമായ ചികിത്സ, ആവശ്യമായി വരുന്ന ഗുരുതര രോഗങ്ങൾ, തൊഴിൽ നഷ്ടപ്പെടുന്നതു മൂലവും കാർഷികരംഗത്ത് വിലത്തകർച്ചമൂലവും ഉണ്ടാവുന്ന സാമ്പത്തിക പ്രതിസന്ധി, ചേർച്ചയില്ലാത്ത പ്രേമബന്ധങ്ങൾ എന്നിവയൊക്കെ ആത്മഹത്യകൾക്ക് കാരണമാവുന്ന ഘടകങ്ങളാണ്. സാഹിത്യരചനകൾ, സിനിമകൾ, ടെലിവിഷൻ പരമ്പരകൾ മുതലായവയിൽ നിന്നും ലഭിക്കുന്ന നിഷേധാത്മകമായ സന്ദേശങ്ങൾ ആത്മഹത്യയിലേക്കു

നയിക്കുന്നുവെന്നു സുപ്രസിദ്ധ മനോരോഗവിദഗ്ധനായ ഡോ. സി.ജെ.ജോൺ എടുത്തു പറയുന്നു. ഇത് ആഗോളാടിസ്ഥാനത്തിൽ തന്നെ ശ്രദ്ധിക്കപ്പെട്ടിട്ടുള്ള ഒരു പ്രതിഭാസമാണ്. കഴിഞ്ഞ തലമുറയുടെ സ്വപ്നസുന്ദരിയായിരുന്ന മർലിൻ മൺറോ, സാഹിത്യനായകനും അതിജീവനത്തിന്റെ ഇതിഹാസ, കഥാകാരനുമായിരുന്ന ഏണസ്റ്റ് ഹെമിങ്‌വേ മുതലായവരുടെ ആത്മഹത്യകൾ പാശ്ചാത്യലോകത്ത് ഒരു ആത്മഹത്യാ തരംഗം തന്നെ സൃഷ്ടിക്കുകയുണ്ടായി എന്നത് സാമൂഹികശാസ്ത്രവിശാരദർ രേഖപ്പെടുത്തിയിട്ടുണ്ട്.

ഏണസ്റ്റ് ഹെമിങ്‌വേ

കഴിഞ്ഞ തലമുറയുടെ സ്വപ്നസുന്ദരിയായിരുന്ന മർലിൻ മൺറോ, സാഹിത്യ നായകനും അതിജീവനത്തിന്റെ ഇതിഹാസ കലാകാരനുമായിരുന്ന ഏണസ്റ്റ് ഹെമിങ്‌വേ മുതലായവരുടെ ആത്മഹത്യകൾ പാശ്ചാത്യ ലോകത്ത് ഒരു ആത്മഹത്യാ തരംഗം തന്നെ സൃഷ്ടിക്കുകയുണ്ടായി.

ഹെമിങ്‌വേയുടെ കാര്യത്തിൽ രസകരമായ ഒരു വസ്തുതകൂടിയുണ്ട്. അദ്ദേഹത്തിനു നോബൽ സമ്മാനം നേടിക്കൊടുത്ത കിഴവനും കടലും എന്ന പ്രശസ്ത കൃതിയിലെ കേന്ദ്രകഥാപാത്രമായ കിഴവൻ സാന്റിയാഗോ ജീവിതം തന്നിലേല്പിച്ച ക്ഷതങ്ങളെ മറികടന്ന് എങ്ങനെയും ജീവിക്കുവാനും നിലനിൽക്കുവാനുമുള്ള ശക്തമായ ത്വര പ്രകടിപ്പിക്കുന്നയാളാണ്. വലിയ മത്സ്യങ്ങളെ തേടിപ്പിടിച്ചു കരയിലെത്തിച്ചാണ് തന്റെ ശക്തി ചോർന്നുപോയിട്ടില്ലെന്ന് അയാൾ സ്ഥാപിക്കുന്നത്. പക്ഷേ, കഥാപാത്രത്തിന്റെ അതിജീവനത്വര കഥാകൃത്തിനു സ്വായത്തമാക്കാൻ കഴിഞ്ഞില്ല!

ഏതെങ്കിലും ഒരു പ്രത്യേക കാരണം മാത്രമല്ല. മറിച്ച് പരസ്പര ബന്ധിതമായി കെട്ടുപിണഞ്ഞുകിടക്കുന്ന നിരവധി ഘടകങ്ങളുടെ സങ്കീർണ്ണമായ സ്വാധീനമാണ് ഒരു വ്യക്തിയെ തന്റെ അമൂല്യമായ ജീവൻ, ഒരേയൊരു ജീവിതം, പാതിവഴിമദ്ധ്യേ ത്യജിക്കുവാൻ, നശിപ്പിക്കുവാൻ, നേർത്തൊരു സുവർണ്ണനൂലിനെ നൈരാശ്യത്തിന്റെ തണുത്ത ഖഡ്ഗത്താൽ വെട്ടിമുറിക്കുവാൻ പലപ്പോഴും പ്രേരിപ്പിക്കുന്നത്.

ഇവിടെ മലയാള സാഹിത്യരംഗത്തും നമ്മുടെ മാധ്യമരംഗത്തും നിലവിലിരിക്കുന്ന ദുഷിച്ച ഒരു പ്രവണതയെപ്പറ്റി ചിലത് കുറിക്കുവാനുണ്ട്. നമ്മുടെ സാഹിത്യത്തിലും മാധ്യമരംഗത്തും ആധുനികതാ പ്രസ്ഥാനത്തിന്റെ വരവോടെ ആത്മഹത്യയെ വലിയൊരു മാനുഷിക

മൂല്യവും പുരോഗതിയുടെ ചിഹ്നവുമായി അവതരിപ്പിക്കുന്ന വഷളൻ സാഹിത്യം നിരവധി പടച്ചിറങ്ങുന്നുണ്ട്. സാഹിത്യനിരൂപണം ആത്മഹത്യ ചെയ്യുന്ന കവികളെ ഏതോ മഹത്കാര്യം ചെയ്ത് മനുഷ്യരാശിക്ക് ആകമാനം മാതൃക കാട്ടിയവർ എന്ന നിലയിൽ അവതരിപ്പിക്കുന്നുണ്ട്. ഈ ഉദാഹരണം ഒന്നു വായിക്കുക. ഒരു നിരൂപകൻ ആത്മഹത്യ ചെയ്ത ഇടപ്പള്ളിയെ പുകഴ്ത്തുന്നതാണ് പ്രകരണം.

'ഇടപ്പള്ളിയുടെ ആത്മഹത്യയെ ഒരു സ്വപ്നജീവിയുടെ ജീവിത പരാജയത്തിന്റെ ചിഹ്നമായിമാത്രം കാണരുത്. ഒരു കവിയുടെ ആത്മഹത്യ മറ്റു ആത്മഹത്യകളിൽ നിന്നു വ്യത്യസ്തമാണ്. ആ ആത്മഹത്യയുടെ അർത്ഥം അത് അർഹിക്കുന്ന വിശാലമായൊരു ദാർശനിക മാനദണ്ഡങ്ങളിൽ വെച്ചാണ് പരിശോധിക്കേണ്ടത്. മരണം ഇടപ്പള്ളിക്കു സ്വാതന്ത്ര്യമായിരുന്നു. മൃതലാവണ്യത്തിന്റെ ബലമുള്ള കുരുക്കിൽപ്പെടുന്നതോടെ ഈ ജീവിതത്തിലെ പീഡാനുഭവങ്ങളിൽ നിന്നും സ്വാതന്ത്ര്യം കിട്ടുമെന്ന് ഇടപ്പള്ളി കരുതി. മരണത്തോടെ പീഡാനുഭവങ്ങളുടെ സങ്കീർണ്ണമായ കെട്ടുകളെല്ലാം അഴിഞ്ഞ് മനുഷ്യൻ സ്വതന്ത്രനാകുന്നു. മരണം എന്ന സ്വാതന്ത്ര്യം പെട്ടെന്നു നേടിയെടുക്കാനുള്ള ഉപാധിയാണ് ആത്മഹത്യ. ആത്മഹത്യയ്ക്ക് ഒരുമ്പെടാത്തവർ പോലും സ്വയം നശിപ്പിക്കുവാനുള്ള മനുഷ്യന്റെ കഴിവിനെ മനുഷ്യസ്വാതന്ത്ര്യത്തിന്റെ ഭാഗമായിട്ടാണു കാണുന്നത്. ഡേവിഡ് ഹ്യൂം വോൾട്ടയർ റൂസോ, ഷോപ്പനോവർ, ബകുനിൻ, റോബർട്ട് ബാർട്ടൻ, സ്റ്റേൺ എന്നിങ്ങനെ ആത്മഹത്യ ചെയ്യാത്ത എഴുത്തുകാർപോലും അതിന്റെ ഇരുണ്ട ലാവണ്യത്തെയും അതു നൽകുന്ന സ്വാതന്ത്ര്യത്തെയും അംഗീകരിച്ചിട്ടുണ്ട് പീഡാനുഭവങ്ങളുടെ കുരുക്കിൽപ്പെട്ട് കവിഹൃദയമുള്ള ഒരാളെ സംബന്ധിച്ച് സ്വാതന്ത്ര്യം ആത്മഹത്യയ്ക്കുപകരം വെയ്ക്കാവുന്ന ഒരു പദമാണ്. ആ സ്വാതന്ത്ര്യത്തോടെ എല്ലാം ഭദ്രമാകുന്നു. (കെ.പി.അപ്പൻ പ്രിയദർശിനിയായ മരണം, കലഹവും, വിശ്വാസവും)

ഇത് വായിച്ചാൽ മനുഷ്യനു ചെയ്യാൻ പറ്റുന്ന ഏറ്റവും മഹത്തായ കാര്യം ആത്മഹത്യയാണെന്നു തോന്നിപ്പോകും. ഇവിടെ ആത്മഹത്യ മഹത്ത്വത്വരിക്കപ്പെടുകയാണ്. വിശേഷിച്ചും കവികളുടെ ആത്മഹത്യ. ഏത് ആത്മഹത്യയും തെറ്റാണ്. കടുത്ത അശ്ലീലമാണ് കാവ്യസുന്ദരമായ വാക്കുകളിലൂടെ മേൽ വിവരിച്ച രീതിയിൽ ആത്മഹത്യയെ പുകഴ്ത്തുന്ന ഒരു ബുദ്ധിജീവിയും ആത്മഹത്യ ചെയ്തിട്ടില്ല. ഇതൊക്കെ എഴുതി അച്ചടിച്ചു വിറ്റ് കാശുണ്ടാക്കി സുഖമായി ജീവിക്കുന്നു. ഇതൊക്കെ വായിച്ചു തല പുണ്ണാക്കിയ സാധുക്കളാണ് ആത്മഹത്യയിലും കഞ്ചാവിലും അഭയം തേടുന്നത്. അങ്ങനെയൊരു തലമുറ നമുക്കിടയിലുണ്ടായിരുന്നു. അവരുടെ വംശം തീരെ കുറ്റിയറ്റിട്ടുമില്ല. അതുകൊണ്ടു തന്നെ യാതൊരു സാമൂഹിക ഉത്തരവാദിത്വവുമില്ലാതെ ആത്മഹത്യയെ പുകഴ്ത്തുന്ന, വഷളൻ സാഹിത്യമെഴുതുന്ന ബുദ്ധിജീവികളുടെ എഴുത്തിനെ തുറന്നുകാട്ടുകയും തള്ളിക്കളയുകയും ചെയ്യേണ്ടതുണ്ട്.

ആത്മഹത്യയിൽ ഒന്നാമതാകുന്ന കേരളം - കഴിഞ്ഞ രണ്ടു ദശകങ്ങളിലെ അപഗ്രഥനം

നമുക്കു ചുറ്റും നിരന്തരം ആത്മഹത്യകൾ നടക്കുന്നുണ്ടെന്നു പത്ര മാധ്യമങ്ങൾ ദിനംപ്രതി നമുക്ക് തെളിവ് തരുന്നുണ്ട്. തങ്ങളുടെ കാഴ്ചക്കാരുടെയും വായനക്കാരുടെയും കണ്ണീരൊഴുക്കി ആകർഷിക്കാനുള്ള മസാലകൾ ചേർത്ത് മാധ്യമങ്ങളെല്ലാം ആത്മഹത്യാക്കേസ്സുകൾ ആഘോഷിക്കാറുമുണ്ട്. കുറച്ചു ദിവസങ്ങൾക്കുശേഷം മാധ്യമങ്ങളുടെ ആരവങ്ങൾ കെട്ടടങ്ങുന്നു. ഇതിനപ്പുറത്ത് ആത്മഹത്യകളെ മൊത്തമായെടുത്ത് പഠിക്കുവാനും അവയ്ക്കു പിന്നിലെ സാഹചര്യങ്ങളെ വിശകലനം ചെയ്ത് ആത്മഹത്യ വർദ്ധിപ്പിക്കാതിരിക്കാനുള്ള നടപടികൾ എടുക്കുവാനും നാം, നമ്മുടെ സിവിൽസമൂഹം ഇന്നേവരെ വേണ്ടത്ര ശ്രദ്ധിച്ചിട്ടില്ല. ഇങ്ങനെ പഠിക്കുമ്പോഴാണ് ഞെട്ടിപ്പിക്കുന്ന പല വിവരങ്ങളും നമുക്കു ലഭ്യമാകുന്നത്.

കഴിഞ്ഞ നൂറ്റാണ്ടിന്റെ അവസാനത്തെ രണ്ടു ദശകങ്ങളിൽ നിന്നു തുടങ്ങാം. ഈ രണ്ടു ദശകങ്ങൾ പ്രത്യേകിച്ചും തൊണ്ണൂറുകൾ സമകാലിക ഭാരതചരിത്രത്തിൽ വളരെ പ്രാധാന്യമുള്ളവയാണ്. ഭാരതത്തിൽ പുത്തൻ സാമ്പത്തികനയം നടപ്പിലാക്കിയ കാലയളവായിരുന്നു അവ. ശരാശരി ഭാരതീയൻ അന്നുവരെ കഴിച്ചിരുന്ന കഞ്ഞിയും പയറും വെടിഞ്ഞ് നൂഡിൽസും കെന്റക്കി ചിക്കനും പരിചയപ്പെട്ടു. റേഡിയോയും ആകാശവാണിയും മറന്ന് ടി.വി.യി.ലേക്കും അതിന്റെ നിരവധി ചാനലുകളിലേക്കും മൊബൈൽഫോണിലേക്കും ചേക്കേറി. ബാങ്കുകൾക്ക് മുന്നിലെ ക്യൂ. എ.ടി.എം. സെന്ററുകൾക്ക് മുന്നിലായി. ഇതെല്ലാം നമ്മുടെ സാമ്പത്തികവളർച്ചയായി വിദഗ്ധർ വിലയിരുത്തി. എന്നാൽ ഈ വളർച്ചയോടൊപ്പം ആത്മഹത്യയുടെ നിരക്കിലും ഭാരതം വളർന്നു മുൻപന്തിയിലായി. 1984-ൽ 50571 ആത്മഹത്യകളാണ് നടന്നതെങ്കിൽ 2007-ൽ 122637 ആത്മഹത്യകളിലേക്ക് കണക്കുകൾ വളർന്നു. ഈ ഭീതിദമായ ആത്മഹത്യാപെരുപ്പം സമൂഹമനഃസാക്ഷി നന്നായി ശ്രദ്ധിക്കേണ്ടതുണ്ട്.

ആത്മഹത്യാനിരക്ക് വർദ്ധനയുടെ ഭയാനകത

1984-ൽ ഭാരതത്തിലാകമാനം 50571 ആത്മഹത്യകൾ നടന്നു. ഇതിൽ 5617 സംഭവങ്ങൾ. അതായത് 11.1 ശതമാനം കേരള സംസ്ഥാനത്താണ് ഉണ്ടായത് അന്ന് കേരളത്തിലെ ജനസംഖ്യ ഭാരതത്തിന്റെ ആകെ ജന സംഖ്യയുടെ കേവലം 3.67 ശതമാനം മാത്രമായിരുന്നു. ആ വർഷം പശ്ചിമബംഗാളിലും (9912) തമിഴ്നാട്ടിലും (7471) കേരളത്തിലേക്കാൾ കൂടുതൽ ആത്മഹത്യകൾ നടന്നുവെങ്കിലും ജനസംഖ്യാനുപാതത്തിൽ പരിശോധിക്കുമ്പോൾ കേരളംതന്നെയാണ് ഏറ്റവും ഉയർന്ന ആത്മ ഹത്യാനിരക്കുള്ള സംസ്ഥാനം. വേദനാജനകമായ വിശദവിവരങ്ങൾ താഴെ ചേർക്കുന്ന പട്ടിക നമ്മോടു പറയുന്നുണ്ട്.

പട്ടിക 3.1

സംസ്ഥാനം	ആത്മഹത്യക ളുടെ എണ്ണം	ആത്മഹത്യാ നിരക്ക്	ഭാരതത്തിലെ ആകെ സംഭവങ്ങളുടെ എത്ര ശതമാനം
ആന്ധ്രാപ്രദേശ്	3658	6.41	7.2
ഗുജറാത്ത്	1893	5.18	3.7
കർണാടക	4862	12.17	9.6
കേരളം	5617	20.78	11.1
മഹാരാഷ്ട്ര	4121	6.11	8.2
തമിഴ്നാട്	7471	14.61	14.7
ഉത്തർപ്രദേശ്	2621	2.2	5.2
പശ്ചിമബംഗാൾ	9912	16.99	19.6

ആത്മഹത്യാനിരക്ക് 1984ൽ ഔദ്യോഗികവിവരങ്ങൾ പ്രകാരം

ഇതേസമയം ഹിമാചൽപ്രദേശിൽ ആകെ 77 സംഭവങ്ങൾമാത്രം. നാഗാലാൻഡിൽ 36. മേഘാലയത്തിലാകട്ടെ ആകെ 35. ഏറ്റവും കുറച്ച് ആത്മഹത്യകൾ നടന്നത് ഹിമാലയസാനുക്കളിലെ സിക്കിം സംസ്ഥാ നത്ത് 18 സംഭവങ്ങൾ. ആകെ സംഭവങ്ങളുടെ എണ്ണത്തിൽ പശ്ചിമ ബംഗാൾ ഒന്നാം സ്ഥാനത്താണെങ്കിലും ജനസംഖ്യാടിസ്ഥാനത്തിൽ കണക്കെടുക്കുമ്പോൾ കേരളംതന്നെയാണ് ഏറ്റവും ആത്മഹത്യാ സാന്ദ്ര തയുള്ള സംസ്ഥാനം. പട്ടികയിൽ എട്ട് സംസ്ഥാനങ്ങളുടെ വിവരങ്ങൾ മാത്രമേ നൽകിയിട്ടുള്ളൂ. പക്ഷേ, മറ്റു സംസ്ഥാനങ്ങളിലെ വിവരങ്ങളും പരിശോധിച്ചിട്ടുണ്ട്. പട്ടികയുടെ പൂർണ്ണരൂപം അനുബന്ധം 2-ൽ ചേർത്തി ട്ടുണ്ട്.

12 സംവത്സരങ്ങൾ കഴിഞ്ഞു 1996-ൽ എത്തുമ്പോൾ കാണുന്നത് രാജ്യത്തെ മൊത്തം ആത്മഹത്യകളുടെ എണ്ണം 88241 ആയി ഉയർന്നു എന്നുള്ളതാണ്. അതായത് 12 വർഷംകൊണ്ടു 74.48 ശതമാനം വർദ്ധന ഉണ്ടായി. കേരളസംസ്ഥാനത്താകട്ടെ 1984-ൽ 5617 എന്ന സംഖ്യയിൽ

നിന്നു 1996-ൽ 8086 ആയി ഉയർന്നു. 43.95 ശതമാനമാണ് ഈ വർദ്ധന. മറ്റു സംസ്ഥാനങ്ങളിലേതുമായി താരതമ്യപ്പെടുത്തുവാൻ ചില വിവരങ്ങൾ പട്ടിക 3.2-ൽ ചേർക്കുന്നു.

പട്ടിക 3.2

സംസ്ഥാനം	ആത്മഹത്യകളുടെ എണ്ണം	ആത്മഹത്യാ നിരക്ക്	ഭാരതത്തിലെ ആകെ സംഭവങ്ങളുടെ എത്ര ശതമാനം
ആന്ധ്രാപ്രദേശ്	7543	10.35	8.6
ഗുജറാത്ത്	4182	9.22	4.7
കർണാടക	8820	18.1	10
കേരളം	8086	25.82	9.2
മഹാരാഷ്ട്ര	11216	12.81	12.7
തമിഴ്നാട്	9003	15.3	10.2
ഉത്തർപ്രദേശ്	4471	2.93	5.1
പശ്ചിമബംഗാൾ	14082	18.92	15.9

ആത്മഹത്യ: 1996ലെ കണക്കുകൾ

ആത്മഹത്യ: 1996-ലെ കണക്കുകൾ

ഒറ്റനോട്ടത്തിൽ, കേരളത്തേക്കാൾ കൂടുതൽ ആത്മഹത്യകൾ ഉണ്ടായ മറ്റു സംസ്ഥാനങ്ങളുണ്ടല്ലോ എന്നു തോന്നാമെങ്കിലും ഇവിടെ ഏറ്റവും പ്രസക്തമായത് ജനസംഖ്യാനുപാതത്തിലുള്ള ആത്മഹത്യാനിരക്കാണ്. പശ്ചിമബംഗാളിലെ ആത്മഹത്യാനിരക്കിൽ നാല് ശതമാനം കുറവുവന്നു 12 വർഷങ്ങൾകൊണ്ടു കേരളത്തിലെ ജനസംഖ്യയിൽ 15.86 ശതമാനം വർദ്ധനവുണ്ടായപ്പോൾ ആത്മഹത്യകളുടെ എണ്ണം ഏതാണ്ട് മൂന്നിരട്ടിയോളം. അതായത് 43.96 ശതമാനം ഉയർന്നുവെന്നത് നാം അഭിമുഖീകരിക്കുന്ന സാമൂഹികപ്രശ്നത്തിന്റെ ഗുരുതരാവസ്ഥ വ്യക്തമാക്കുന്നു.

വീണ്ടും ഒമ്പതു വർഷങ്ങൾക്കുശേഷം 2005-ലെ സ്ഥിതി പരിശോധിക്കുമ്പോൾ കാണുന്നത് കേരളത്തിന്റെ അവസ്ഥയിൽ കാര്യമായ മാറ്റമൊന്നും ഉണ്ടായിട്ടില്ല എന്നാണ്. ഭാരതത്തിൽ ആ വർഷം ഉണ്ടായ 113914 ആത്മഹത്യകളിൽ 8.1 ശതമാനം കേരളത്തിലായിരുന്നു. 9244 എണ്ണം. പ്രധാനപ്പെട്ട എട്ട് സംസ്ഥാനങ്ങളിലെ ആ വർഷത്തെ വിവരങ്ങൾ പട്ടിക 3.3 ആയി ചേർക്കുന്നു.

ആസൂത്രണവിദഗ്ധർ കണ്ണടച്ചു

ഇവിടെ ശ്രദ്ധേയമായ ഒരു വസ്തുത 1996ലേതുമായി താരതമ്യപ്പെടുത്തുമ്പോൾ പല സംസ്ഥാനങ്ങളുടേയും സ്ഥിതിയിൽ ഉണ്ടായിട്ടുള്ള മാറ്റമാണ്. ആന്ധ്രപ്രദേശ്, മഹാരാഷ്ട്ര, തമിഴ്നാട്, കർണ്ണാടകം എന്നീ

സംസ്ഥാനങ്ങളിലാണ് ആത്മഹത്യാസംഭവങ്ങളുടെ എണ്ണത്തിൽ രൂക്ഷമായ ഉയർച്ചയുണ്ടായിട്ടുള്ളത്. ആന്ധ്രാപ്രദേശിൽ 78.2 ശതമാനവും കർണ്ണാടകത്തിൽ 31.03 ശതമാനവും മഹാരാഷ്ട്രയിൽ 28.6 ശതമാനവും തമിഴ്നാട്ടിൽ 34.1 ശതമാനവും ഉയർച്ച ഉണ്ടായപ്പോൾ കേരളത്തിൽ 14.3 ശതമാനമാണ് വർദ്ധനവുണ്ടായത്. നഷ്ടപ്പെടുന്ന ജീവിതങ്ങളുടെ എണ്ണത്തിൽ ഇത്രയേറെ പെരുക്കം ഉണ്ടായിട്ടും സാമൂഹികശാസ്ത്രജ്ഞന്മാർ

പട്ടിക 3.3

സംസ്ഥാനം	ആത്മഹത്യകളുടെ എണ്ണം	ആത്മഹത്യാ നിരക്ക്	ഭാരതത്തിലെ ആകെ സംഭവങ്ങളുടെ എത്ര ശതമാനം
ആന്ധ്രാപ്രദേശ്	13442	16.8	11.8
ഗുജറാത്ത്	4765	8.8	4.2
കർണാടക	11557	20.7	10.1
കേരളം	9244	27.7	8.1
മഹാരാഷ്ട്ര	14426	14	12.7
തമിഴ്നാട്	12076	18.6	10.6
ഉത്തർപ്രദേശ്	3449	1.9	3
പശ്ചിമബംഗാൾ	15015	17.7	13.2

ആത്മഹത്യ: 8 സംസ്ഥാനങ്ങളിലെ കണക്കുകൾ (2005)

ഇടയ്ക്കിടെ പത്രമാസികകളിൽ ലേഖനങ്ങൾ എഴുതിക്കൊണ്ടിരിക്കുന്നതല്ലാതെ ആസൂത്രണവിദഗ്ധരും ഭരണകർത്താക്കളും ഈ ദുരവസ്ഥയെ ശ്രദ്ധിച്ചിട്ടുള്ളതായി തോന്നുന്നില്ല. ഭാരതത്തിൽ ആകമാനം 1996-2005 കാലഘട്ടത്തിൽ ആത്മഹത്യകളുടെ എണ്ണം 29.1 ശതമാനമാണ് ഉയർന്നത്. ഓരോ വർഷവും ഇങ്ങനെ നഷ്ടപ്പെടുന്ന ജീവൻ ഒരു ലക്ഷത്തിലും മേലെയായിരിക്കുന്നു. ഇതേവർഷം (2005) റോഡപകടങ്ങളിൽ മരിച്ചവരുടെ എണ്ണം 98254 ആയിരുന്നു. ഇതിനെ നേരിടാൻ എത്രയോ കോടിക്കണക്കിനു രൂപയുടെ സുരക്ഷാപദ്ധതികൾ പരസ്യചിത്രങ്ങൾ, സെമിനാറുകൾ, ചർച്ചകൾ ഒക്കെ സംഘടിപ്പിക്കുന്നു. റോഡ്സുരക്ഷ അതിപ്രധാനം തന്നെ. പക്ഷേ, ആത്മഹത്യാനിവാരണത്തിന് ഇതിന്റെ ഒരു ശതമാനംപോലും പ്രാധാന്യം നൽകാതിരിക്കുന്നത് ആസൂത്രണ വൈദഗ്ധ്യം ആവില്ലല്ലോ. ഒരുപക്ഷേ, ആത്മഹത്യകൾ ഏറ്റവും താഴ്ന്ന വരുമാനക്കാരുടെയും സമൂഹത്തിന്റെ പുറമ്പോക്കുകളിൽ ഉള്ളവരുടെയും പ്രശ്നമായതുകൊണ്ടാവാം ആസുത്രണവിദഗ്ധർ ഇതിനുനേരെ കണ്ണടയ്ക്കുന്നത്.

നമുക്ക് ആത്മഹത്യകളുടെ ചർച്ചയിലേക്കു മടങ്ങിവരാം. ജനസംഖ്യയിൽ ഏറ്റവും ഉയർന്ന സംസ്ഥാനമായ ഉത്തർപ്രദേശിൽ (18.15 കോടി) 2005-ൽ ആകെ 3440 ആത്മഹത്യകൾ മാത്രമാണ് രേഖകളിൽ

കാണുന്നത്. ആത്മഹത്യാനിരക്ക് കേവലം 1.9 മാത്രം. ജനസംഖ്യയിൽ രണ്ടാം സ്ഥാനത്തുള്ള മഹാരാഷ്ട്രയിൽ (10.32 കോടി) സംഭവങ്ങളുടെ എണ്ണം 14426 എന്ന വലിയ സംഖ്യയാണെങ്കിൽപ്പോലും ജനസംഖ്യാനുപാതത്തിലുള്ള ആത്മഹത്യാനിരക്ക് 14 മാത്രമാണ്. ജനസംഖ്യയിൽ കേരളത്തോടു താരതമ്യപ്പെടുത്താവുന്ന സംസ്ഥാനമായ ഒറീസ്സയിലാകട്ടെ (ഒറീസ്സ-3.88 കോടി, കേരളം 3.34 കോടി) ആത്മഹത്യകളുടെ എണ്ണം 4208-ഉം ആത്മഹത്യാനിരക്ക് 10.9 ശതമാനവുമായിരുന്നു. ഇതിന്റെ ഇരട്ടിയിലധികമാണ് കേരളത്തിൽ ഉള്ളതെന്നു പരിഗണിക്കുമ്പോൾ കേരളത്തിൽ കഴിഞ്ഞ 22 വർഷമായി തുടർന്നുവരുന്ന ഉയർന്ന ആത്മഹത്യാനിരക്കിന്റെ കാരണങ്ങളെപ്പറ്റി ആഴത്തിൽ പഠനം നടത്തേണ്ടതിന്റെ പ്രസക്തി വ്യക്തമാണല്ലോ. 2005-ലെയും 2006-ലെയും സ്ഥിതിവിവരക്കണക്കുകളാണ് ആധികാരികമായി ലഭിക്കാവുന്ന ഏറ്റവും പുതിയ അറിവുകൾ. താരതമ്യപഠനവും വിശദമായ വിലയിരുത്തലും ആഗ്രഹിക്കുന്നവർക്കായി 2005-2006 കാലഘട്ടത്തിലെ വിവരങ്ങൾ അനുബന്ധം ആറിൽ ചേർത്തിട്ടുണ്ട്.

2015-ൽ എത്തുമ്പോൾ കേരളസംസ്ഥാനത്തെ ആത്മഹത്യകളുടെ എണ്ണത്തിൽ കാര്യമായ കുറവുണ്ടായതായി കാണുന്നു. 2006-ൽ 9026 ആയിരുന്ന സംഭവങ്ങൾ 7692 എന്ന സംഖ്യയായി കുറഞ്ഞു. എന്നാൽ അഖിലേന്ത്യാതലത്തിൽ ഇതേ കാലയളവിൽ 118112-ൽ നിന്നും 133623 ആയി വർദ്ധിക്കുകയാണുണ്ടായത്.

ആത്മഹത്യ കുടുംബസമേതം

കഴിഞ്ഞ ഏതാണ്ട് പത്തുപതിനഞ്ചുവർഷമായി കണ്ടുവരുന്ന ഒരു ദുഷിച്ച പ്രവണതയാണ് 'കൂട്ട ആത്മഹത്യകൾ'. അഥവാ കുടുംബസമേതം ആത്മഹത്യകൾ. ഇവിടെ കുടുംബം മുഴുവൻ കുരുതിക്കളമാക്കുകയാണ്. സ്നേഹഭാജനങ്ങളായ കുഞ്ഞുങ്ങളെ അതിദാരുണമായി കൊലപ്പെടുത്തിയതിനുശേഷം ഭാര്യാഭർത്താക്കന്മാർ മുൻകൂട്ടി തയ്യാറാക്കിയ ബീഭത്സമായ കരാർ പ്രകാരം വിഷം കഴിച്ചോ കെട്ടിതൂങ്ങിയോ ആത്മഹത്യ ചെയ്തുകൊണ്ട് തങ്ങളുടെ കുടുംബത്തെ മുഴുവൻ ഉന്മൂലനാശം വരുത്തുന്നു. ഫാമിലി സൂയിസൈഡ് എന്നാണ് സാമൂഹികശാസ്ത്രജ്ഞന്മാർ ഇവയെ വിശേഷിപ്പിക്കുന്നതെങ്കിലും ഈ നിർവചനം അക്ഷരാർത്ഥത്തിൽ ശരിയല്ല എന്നു വ്യക്തമാണ്. 2005-ൽ ഇത്തരത്തിൽ 209 കേസ്സുകളാണ് ഭാരതത്തിൽ ഉണ്ടായത്. ഇവയിലെല്ലാംകൂടി ആകെ 375 മരണം സംഭവിച്ചു. 108 പുരുഷന്മാർ, 147 സ്ത്രീകൾ, 50 ആൺകുട്ടികൾ, 70 പെൺകുട്ടികൾ എന്നിങ്ങനെയാണ് മരണത്തിന്റെ സ്ഥിതിവിവരക്കണക്ക്. ഇതിൽ 111 വ്യക്തികൾ ആന്ധ്രപ്രദേശിലും 85 പേർ രാജസ്ഥാനിലും 60പേർ കേരളത്തിലുമാണു മരണപ്പെട്ടത്. നഷ്ടപ്പെട്ട ജീവിതങ്ങളിൽ 120 എണ്ണം കൗമാരപ്രായക്കാരുടെ ജീവിതത്തിന്റെ പൂക്കാലം കഴിയാത്തവരുടേതാണ് എന്നത് വേദനിപ്പിക്കുന്ന ഒരു യാഥാർത്ഥ്യമാണ്.

വർഷങ്ങൾക്കപ്പുറം തൃശൂർ ജില്ലയിലെ മണ്ണുത്തി എന്ന ഗ്രാമത്തെ നടുക്കിക്കൊണ്ട് ഒരു ഏഴംഗകുടുംബം ആത്മഹത്യ ചെയ്തു. ഗൾഫ് നാടുകളിൽ ജോലിചെയ്തു തിരിച്ചെത്തിയ രാജനും (യഥാർത്ഥ പേരല്ല) കുടുംബവും സ്വകാര്യപണമിടപാടുസ്ഥാപനം നടത്തിവരികയായിരുന്നു. സാമ്പത്തികമായ തകർച്ചയുണ്ടായെങ്കിലും നാലു വർഷം പിടിച്ചുനിന്നു. പക്ഷേ, സ്നേഹിതർക്കും ബന്ധുക്കൾക്കും അവരെ കടക്കെണിയിൽ നിന്നും രക്ഷിക്കാനായില്ല. ഒടുവിൽ ഭാര്യയോടും മകനോടുമൊപ്പം മരിക്കുവാൻ തീരുമാനിച്ചു. ഭാര്യയുടെ ജ്യേഷ്ഠത്തിയായിരുന്ന കൃഷ്ണകുമാരിയും അവരുടെ മകൾ ഷീലയും തന്റെ രണ്ടു ചെറിയ കുട്ടികളും രാജനോടൊപ്പം ഒരേ വീട്ടിലാണ് താമസിച്ചിരുന്നത്. രാജനും കുടുംബവും മരിക്കുവാൻ തീരുമാനിച്ചപ്പോൾ അവരെ ഏറെ സ്നേഹിച്ചിരുന്ന ഷീലയും കുടുബവും അവരെ പിരിയാൻ മനസ്സു വരാതെ അവരോടൊപ്പം മരണം വരിച്ചു. എത്രയേറെ ഹൃദയസ്പർശിയായ ദുരന്തം.

കഴിഞ്ഞ ഏതാണ്ട് പത്തുപതിനഞ്ചു വർഷമായി കണ്ടുവരുന്ന ഒരു ദുഷിച്ച പ്രവണതയാണ് കൂട്ട ആത്മഹത്യകൾ അഥവാ കുടുംബസമേതം ആത്മഹത്യകൾ. ഇവിടെ കുടുംബം മുഴുവൻ കുരുതിക്കളമാക്കുകയാണ്.

രണ്ടുവർഷങ്ങൾക്കുമുമ്പ് കൊല്ലം ജില്ലയിൽ ഇതേപോലെ ഒരു സംഭവം നടന്നു. സാമ്പത്തികബുദ്ധിമുട്ടും ഭാര്യയുടെ രോഗവും മൂലം മനംമടുത്ത മാധവൻ (യഥാർത്ഥ പേരല്ല) കൗമാരപ്രായക്കാരായ രണ്ടു മക്കളോടൊപ്പം വിഷംകഴിച്ച് ആത്മഹത്യചെയ്തു. ഭാര്യാമാതാവായ കമലാക്ഷി 85 വയസ്സു കഴിഞ്ഞെങ്കിലും മരിക്കുവാൻ തയ്യാറായില്ല.

അതുകൊണ്ട് ആദ്യം അവരെ ശ്വാസംമുട്ടിച്ചു കൊലപ്പെടുത്തിയ ശേഷ മാണ് മാധവനും കുടുംബവും ജീവനൊടുക്കിയതെന്നു പൊലീസ് കണ്ടെത്തി. മനുഷ്യനിലെ ചെകുത്താനെയും മാലാഖയെയും പറ്റി ചിന്ത കരും കവികളും തങ്ങളുടെ ഭാവന വിരിയിക്കാറുണ്ട്. നോക്കൂ, ഈ രണ്ട് കൂട്ടആത്മഹത്യകളിലും മരണസംഖ്യ ഉയരാൻ കാരണം കുടുംബാംഗ ങ്ങളുടെ സ്നേഹവും ഒത്തൊരുമയുമാണത്രെ. എന്തൊരു വൈരുദ്ധ്യം! കേരളത്തിലെ ഒരു സാമൂഹികപഠിതാവും ഈ വിഷയം ഗൗരവമായി പഠിച്ചിട്ടില്ല എന്നതാണ് ദുഃഖകരം.

രണ്ട് കൂട്ടആത്മഹത്യകളുടെ പിന്നാമ്പുറം

കുടുംബം മുഴുവൻ ആത്മഹത്യ ചെയ്യുന്ന ദുരനുഭവങ്ങൾ ഇപ്പോഴും തുടരുന്നു. 2007-ൽ സംഭവിച്ച രണ്ട് ആത്മഹത്യകൾ നോക്കുക. ആദ്യ ത്തേത് തൃശൂർ ജില്ലയിൽ തന്നെയാണ്. ദുബായ് നഗരത്തിൽ വ്യാപാരം നടത്തിവന്നിരുന്ന നരേന്ദ്രന് (യഥാർത്ഥ പേരല്ല) നാട്ടിലേക്കു മടങ്ങിയെ ത്തിയതിന്റെ നാലാം ദിവസം കുടുംബാംഗങ്ങളോടൊപ്പം തൃശൂർ നഗര ത്തിലെ ഒരു മുന്തിയ ഹോട്ടലിൽ മുറിയെടുത്തു. 6-ാം ക്ലാസ്സിലും 4-ാം ക്ലാസ്സിലും പഠിച്ചിരുന്ന കുട്ടികളെയും ഭാര്യ അനിത(യഥാർത്ഥ പേരല്ല) യേയും കൊക്കൊകോളയിൽ വിഷം കലർത്തി കുടിപ്പിച്ചശേഷം കുടുംബനാഥനും വിഷം കുടിച്ചു ജീവനൊടുക്കി. സാമ്പത്തികബുദ്ധി മുട്ടായിരുന്നു കാരണമെന്നു പൊലീസ് അന്വേഷണത്തിൽ കണ്ടെത്തി.

രണ്ടാമത്തേത് തിരുവനന്തപുരം ജില്ലയിലെ ഒരു ചെറുപട്ടണത്തി ലാണ് ഉണ്ടായത്. ഒരു സഹകരണബാങ്കിന്റെ സെക്രട്ടറിയായിരുന്ന സതീഷ്കുമാർ (യഥാർത്ഥ പേരല്ല) ഉദ്യോഗസ്ഥയായിരുന്ന ഭാര്യയോടും കോളേജ് വിദ്യാർത്ഥിനിയായിരുന്ന മകളോടുമൊപ്പം അടുത്തിടെ വിലയ്ക്കു വാങ്ങിയ പുതിയ വീട്ടിൽവച്ച് വിഷം കഴിച്ച് ആത്മഹത്യ ചെയ്തു. ഏതോ സ്വകാര്യ പണമിടപാടുസ്ഥാപനത്തിൽ നിന്നും വായ്പ എടുത്തിരുന്നു. എത്രയേറെ തിരിച്ചടച്ചിട്ടും 'മീറ്റർ' പലിശനിരക്കിലുള്ള കടം അടച്ചു തീർക്കാനായില്ല. പണമിടപാടുസ്ഥാപനക്കാരൻ അയച്ച ഗുണ്ടകൾ വീട്ടിലെത്തി കുടുംബാംഗങ്ങളെ ഭീഷണിപ്പെടുത്താൻ തുടങ്ങി യപ്പോൾ ഒരു രാഷ്ട്രീയപ്രവർത്തകനായിരുന്നിട്ടുപോലും പ്രശ്നങ്ങളെ അതിജീവിക്കുവാനുള്ള വഴി തുറന്നുകിട്ടിയില്ല. ഒടുവിൽ അവർ മൂവരും മരണത്തിന്റെ വഴി തെരഞ്ഞെടുക്കുവാൻ നിർബന്ധിതരായി.

തൃശൂർ ജില്ലയിലെ എരുമപ്പെട്ടി എന്ന സ്ഥലത്ത് 2017 മാർച്ചുമാസം ഒരു കുടുംബത്തിലെ നാലുപേർ ആത്മഹത്യ ചെയ്തു. സ്വകാര്യകുറി ക്കമ്പനി നടത്തിയിരുന്ന സുരേഷ്കുമാർ, ഭാര്യ ധന്യ (ഇരുവരും 40 വയ സ്സിൽ താഴെ മാത്രം പ്രായമുള്ളവർ) 9,6 വയസ്സുകാരനായ മൂന്നു പെൺകുട്ടികളെ ഉറക്കഗുളിക നൽകി മയക്കിയശേഷം കിണറ്റിലേ ക്കെറിയുകയായിരുന്നു. തുടർന്ന് മാതാപിതാക്കൾ ആത്മഹത്യ ചെയ്തു.

കുട്ടികളിൽ രണ്ടുപേർ മരിച്ചുവെങ്കിലും ഇരട്ടക്കുട്ടികളിൽ ഒരാളായ വൈഷ്ണവി പമ്പ്സെറ്റിന്റെ പൈപ്പിൽ പിടിച്ചു കിടക്കുകയും പുലർച്ചെ റോഡിലൂടെ നടന്നുപോയ ചിലർ കിണറ്റിൽ നിന്നും കരച്ചിൽ കേട്ടു നോക്കിയപ്പോൾ മൃതദേഹങ്ങൾ കാണുകയും തുടർന്ന് വൈഷ്ണവിയെ രക്ഷപ്പെടുത്തുകയുമാണുണ്ടായത്. സാമ്പത്തികക്ലേശവും കടബാദ്ധ്യതയും മൂലമാണ് സുരേഷ്കുമാർ ഇപ്രകാരം ചെയ്തതെന്ന് അറിയുന്നു.

കഴിഞ്ഞ കാൽ നൂറ്റാണ്ടിലേറെ കാലയളവിലെ ആത്മഹത്യകളുടെ ഔദ്യോഗികവും വസ്തുനിഷ്ഠവുമായ കണക്കുകൾ നാം പരിശോധിച്ചു കഴിഞ്ഞു. ഹൃദയാലുവായ ഏതൊരു വ്യക്തിക്കും ഈ പ്രശ്നത്തിന്റെ ഗൗരവം ബോധ്യപ്പെടേണ്ടതാണ്. ഇനിയും നിങ്ങൾ ഈ വിഷയത്തിനു നേരെ കണ്ണടയ്ക്കുന്നുവെങ്കിൽ നിങ്ങൾ ഒരു രാഷ്ട്രീയക്കാരനോ. ഒരു ബുദ്ധിജീവിയോ ആയിരിക്കും തീർച്ച.

അഞ്ചു ജില്ലകളിൽ പഠനം നടത്തിയ രീതി

വേദനയുടേയും ദീനരോദനങ്ങളുടേയും ഈ ലോകത്തെ വസ്തുനിഷ്ഠമായി പഠിക്കാൻ നാം എവിടെനിന്നു തുടങ്ങും? പത്രമാസികാദിമാധ്യമങ്ങളും ഫീച്ചെറെഴുത്തുകാരും ചെപ്പടിവിദ്യക്കാരായി. കോളമിസ്റ്റുകളും ഒക്കെക്കൂടി മുതലക്കണ്ണീരിന്റെ കലങ്ങിയ കുളമാക്കി മാറ്റിയിരിക്കുന്ന മേഖലയാണിത്. സത്യസന്ധമായ പഠനം നടത്തേണ്ടത് പോസിറ്റീവായ, ഫലപ്രദവും വസ്തുനിഷ്ഠവുമായ വിവരശേഖരണത്തിനാണ്. ഈ വിവരശേഖരണം അടിസ്ഥാനമാക്കിയാണ് നാം മുന്നോട്ടു പോകേണ്ടതും ആത്മഹത്യയെ നേരിടേണ്ടതും. ആ നിലയ്ക്ക് അംഗീകൃതപഠനഗവേഷണമാനദണ്ഡങ്ങൾ ഉപയോഗിച്ചുതന്നെ തുടങ്ങാൻ തീരുമാനിച്ചു. ആദ്യമേ നിശ്ചിതകാലയളവിൽ നിശ്ചിതസ്ഥലത്ത് എന്ന തോതിൽ ആത്മഹത്യകണക്കുകൾ ശേഖരിക്കാൻ തുടങ്ങി.

4 വർഷക്കാലം - 5 ജില്ലകളിൽ നടന്നത്

ആത്മഹത്യകളെ സംബന്ധിച്ചുള്ള പഠനത്തിന്റെ ആദ്യഘട്ടമായി 1996 മുതൽ 1999 വരെയുള്ള നാലു വർഷങ്ങളിൽ കേരളത്തിലുണ്ടായ മൊത്തം

പട്ടിക 4.1

ജില്ല	ഏതു വർഷം				ആകെ സംഖ്യ	ശരാശരി
	1996	1997	1998	1999		
തിരുവനന്തപുരം	1052	1245	1323	1282	4902	1225.5
കോട്ടയം	400	444	502	491	1837	459.25
എറണാകുളം	666	779	750	781	2976	744
മലപ്പുറം	361	458	490	461	1770	442.5
വയനാട്	269	290	291	387	1237	309.25
ആകെ	2748	3216	3356	3402	12722	3180.5

കേരളത്തിലെ ആത്മഹത്യകൾ - 1996-1999

35901 ആത്മഹത്യാസംഭവങ്ങളിൽ നിന്നും തിരുവനന്തപുരം, കോട്ടയം, എറണാകുളം, മലപ്പുറം, വയനാട് എന്നീ അഞ്ചു ജില്ലകളിൽ ഉണ്ടായ 12722 സംഭവങ്ങളെ വേർതിരിച്ചു. നാലുവർഷത്തിലെ ശരാശരി 31805 ആണ്. ഗവേഷണപഠനത്തിന് അഞ്ചോ ഏറിയാൽ പത്തോ ശതമാനം മാത്രം സംഭവങ്ങൾ പഠനവിഷയമാക്കിയാൽ മതി എന്ന് അക്കാദമിക് നിബന്ധനയുണ്ടെങ്കിലും കുറെ ക്ലേശിച്ചാണെങ്കിലും ഇരുപതു ശതമാനം സംഭവങ്ങൾ പഠനവിഷയമാക്കുവാൻ തീരുമാനിച്ചു. അതായത് 636 എണ്ണം. എങ്ങനെയാണ് ഈ സംഖ്യയിൽ (3180.5 X 20%=636)എത്തിച്ചേർന്ന തെന്ന് പട്ടിക 4.1 ൽ നിന്നും വ്യക്തമാവുന്നു.

ഓരോ വർഷവും ഒരു ജില്ലയിലെ എത്ര സംഭവങ്ങളാണ് പഠനവിഷ യമാക്കേണ്ടത് എന്നത് നിർണ്ണയിക്കേണ്ടിയിരുന്നു അത് കണ്ടെത്തിയ തിന്റെ വിശദാംശങ്ങൾ പട്ടിക 4.2-ൽ ചേർത്തിരിക്കുന്നു.

പട്ടിക 4.2

ജില്ല	വാർഷിക ശരാശരി	സാമ്പിൾ സംഖ്യ (20 ശതമാനം)	ഓരോ വർഷത്തെ കേസുകളുടെ എണ്ണം
തിരുവനന്തപുരം	1225.5	245	61
കോട്ടയം	459.25	91.85	23
എറണാകുളം	744	148.8	37
മലപ്പുറം	442.5	88.5	22
വയനാട്	309.25	61.85	15
ആകെ	3180.5	636	158

മറ്റൊരുവിധത്തിൽ പറഞ്ഞാൽ 1996 മുതൽ 1999 വരെയുള്ള നാലു വർഷങ്ങളിൽ ഓരോ വർഷത്തെയും 158 സംഭവങ്ങൾ വീതം പട്ടിക 4.1-ൽ കാണിച്ചിട്ടുള്ള പ്രകാരം വിവിധ ജില്ലകളിൽ നിന്നും തെരഞ്ഞെടുക്കണം. പഠനവിഷയമാക്കിയ സംഭവങ്ങൾ തെരഞ്ഞെടുത്തത് തികഞ്ഞ യുക്തി ഭദ്രതയോടും അവധാനതയോടുംകൂടിയാണ് എന്നു വ്യക്തമാക്കു വാനാണ് പട്ടിക 4.1, 4.2 എന്നിവയിലെ വിശദാംശങ്ങൾ നൽകിയിട്ടുള്ളത്.

എന്തുകൊണ്ട് 5 ജില്ലകൾ?

എന്തുകൊണ്ടാണ് പതിന്നാല് റവന്യു ജില്ലകളിൽ അഞ്ച് ജില്ലകളെ മാത്രം പഠനവിഷയമാക്കിയത് എന്ന പ്രസക്തമായ ചോദ്യത്തിനും ഉത്ത രമുണ്ട്. അതിനുള്ള കാരണങ്ങൾ താഴെ ചേർക്കുന്നു.

1. നാലു വർഷങ്ങളുടെ ആത്മഹത്യാനിരക്കിൽ വയനാടു ജില്ലയാണ് ഏറ്റവും ഉയർന്നുനിൽക്കുന്നത്. വയനാട് ഗണ്യമായ ഗിരിജനസാന്ദ്ര തയുള്ള ജില്ലകൂടിയാണ് എന്ന് ഓർമ്മ വെയ്ക്കുക.

2. ഏറ്റവും കുറഞ്ഞ ആത്മഹത്യാനിരക്ക് അനേകവർഷങ്ങളായി മലപ്പുറം ജില്ലയിലാണ് കണ്ടുവരുന്നത്. കൂടാതെ ഇസ്ലാംമതവിശ്വാസികൾക്ക്

ഭൂരിപക്ഷമുള്ള ജില്ലയാണ്. (ജനസംഖ്യയുടെ 68.53 ശതമാനം) കേരളത്തിന്റെ വിവിധ ജില്ലകൾക്കിടയിൽ ജനസംഖ്യയിൽ ഒന്നാം സ്ഥാനത്തുമാണ് (36.25 ലക്ഷം, 2001-ലെ സെൻസസ്).

3. തിരുവനന്തപുരം തലസ്ഥാന ജില്ലയാണ് എന്നു മാത്രമല്ല. ജനസംഖ്യയിൽ രണ്ടാംസ്ഥാനത്തു നിൽക്കുന്ന ജില്ലയും (32.34 ലക്ഷം) ഏറെ വർഷങ്ങളായി ഏറ്റവുമധികം ആത്മഹത്യകൾ സംസ്ഥാനത്തുണ്ടാകുന്ന ജില്ലയുമാണ്.

4. കോട്ടയം ജില്ല കേരളത്തിന്റെ മദ്ധ്യഭാഗത്തെന്നതുപോലെതന്നെ ആത്മഹത്യാനിരക്കിലും മദ്ധ്യമസ്ഥാനത്താണ്. കൂടാതെ കേരളത്തിലെ ജില്ലകളിൽ വെച്ച് ക്രൈസ്തവരുടെ ജനസംഖ്യാനുപാതം ഏറ്റവും ഉയർന്നിരിക്കുന്ന ജില്ലകൂടിയാണ് (44.5 ശതമാനം)

5. എറണാകുളം ജില്ല വ്യവസായവൽക്കരണത്തിൽ മുൻപന്തിയിലാണെന്നു മാത്രമല്ല. വിശാലകൊച്ചി വികസനപ്രക്രിയയിലൂടെ നഗരസംസ്കാരം ഏറ്റവും ശക്തമായി വേരോടിയിട്ടുള്ള ജില്ല കൂടിയാണ്.

6. തെരെഞ്ഞെടുത്ത അഞ്ചു ജില്ലകൾ കേരളത്തിന്റെ വിവിധ ഭൂപ്രദേശങ്ങളെയും സാംസ്കാരികമേഖലകളെയും പ്രതിനിധീകരിക്കുന്നു. ഓരോ ജില്ലയിലെയും ആത്മഹത്യാനിരക്കുകളും മറ്റും അനുബന്ധം 3-ൽ ചേർത്തിരിക്കുന്നു.

ഈ അഞ്ച് ജില്ലകൾ കേരളത്തിലെ ആകെയുള്ള 433 പൊലീസ് സ്റ്റേഷനുകളിൽ 166 എണ്ണത്തെ ഉൾക്കൊള്ളുന്നു. പഠനവിഷയമാക്കേണ്ട സാമ്പിൾ 636 സംഭവങ്ങളുടെ പൊലീസ് അന്വേഷണരേഖകൾക്കായി (കേസ് ഡയറി) അതതു ജില്ലാ പൊലീസ് സൂപ്രണ്ടുമാരുമായി ബന്ധപ്പെട്ടുവെങ്കിലും ഇതിൽ 504 സംഭവങ്ങളുടെ രേഖകൾമാത്രമേ ലഭ്യമായുള്ളൂ. പൊലീസ് വകുപ്പുതലചട്ടങ്ങൾ പ്രകാരം മൂന്നു വർഷത്തിലധികം ഇമ്മാതിരി കേസ്സുകളുടെ രേഖകൾ സൂക്ഷിക്കേണ്ടതില്ല. പഠനവിഷയമാക്കിയ 504 സംഭവങ്ങൾ പൊലീസ് ഉദ്യോഗസ്ഥർ അന്വേഷിച്ച് ആവശ്യമായ എല്ലാ വിവരങ്ങളും ശേഖരിച്ചശേഷം കോടതി സംബന്ധമായ മറ്റു വിചാരണനടപടികൾ ഒന്നും ആവശ്യമില്ലാത്തതിനാൽ അന്വേഷണം അവസാനിപ്പിക്കുന്നതിലേക്ക് കോടതിയുടെ അനുവാദം വാങ്ങി പൊലീസ് സ്റ്റേഷനിൽ സൂക്ഷിച്ചിരുന്നവയാണ്. ഇവയുടെ രേഖകൾ പരിശോധിച്ചും ആവശ്യമായ മറ്റ് അന്വേഷണങ്ങൾ നടത്തിയും ഒരു വിവരസഞ്ചയം (ഡാറ്റാ ബാങ്ക്) തയ്യാറാക്കി.

12 തരം വിവരങ്ങൾ

ഓരോ സംഭവങ്ങളെപ്പറ്റിയും 12 വിവിധതരം വിവരങ്ങൾ ശേഖരിച്ച് അവ ക്രോഡീകരിച്ചാണ് കേരളത്തിന്റെ ആത്മഹത്യാപ്രവണതകളെപ്പറ്റി

ആദ്യത്തെ നിഗമനങ്ങളിൽ എത്തിച്ചേർന്നത്. ആദ്യപഠനത്തിൽ ശേഖരിച്ച 12 തരം വിവരങ്ങൾ താഴെ പറയുന്നവയാണ്.

1. ആത്മഹത്യ ചെയ്ത വ്യക്തിയുടെ പ്രായം അഞ്ച് വിഭാഗങ്ങളായി പ്രായത്തെ തരംതിരിച്ചു.

   15 വയസ്സിനു താഴെ

   15 മുതൽ 30 വയസ്സു വരെ

   30 മുതൽ 45 വയസ്സുവരെ

   45 മുതൽ 60 വയസ്സുവരെ

   60 വയസ്സിനു മേൽ എന്നിങ്ങനെ.

2. ആത്മഹത്യ ചെയ്ത വ്യക്തിയുടെ ലിംഗം.

   പുരുഷൻ/സ്ത്രീ എന്ന വ്യത്യാസം.

3. സംഭവം നടന്ന സ്ഥലം എവിടെ - നാലു വിഭാഗങ്ങളായി ഇതിനെ തരം തിരിച്ചു.

   വീട്ടിനുള്ളിൽ

   വീടിനു സമീപം

   കിണറ്റിൽ

   റെയിൽവേ പാളത്തിൽ

4. സംഭവം നടന്ന സമയം-

   പ്രഭാതം, മദ്ധ്യാഹ്നം, വൈകുന്നേരം, രാത്രി കാലം എന്നീ സമയങ്ങളിൽ ഏതിലാണ് ആത്മഹത്യ നടന്നതെന്ന് അന്വേഷിച്ചു.

5. മതവിശ്വാസം എന്തായിരുന്നു-

   ഹിന്ദു, മുസ്ലീം, ക്രിസ്ത്യൻ എന്നീ വസ്തുതകൾ.

6. ആത്മഹത്യ ചെയ്ത വ്യക്തി വിവാഹിതനോ അവിവാഹിതനോ വൈവാഹികനിലയും കുടുംബബന്ധപശ്ചാത്തലവും അറിയാൻ

7. ആത്മഹത്യ ചെയ്ത വ്യക്തിയുടെ തൊഴിൽ എന്തായിരുന്നു

   കൂലിപ്പണി

   വിദഗ്ധതൊഴിലാളി

   തൊഴിൽരഹിതർ

8. ആത്മഹത്യ ചെയ്ത വ്യക്തിയുടെ ആരോഗ്യസ്ഥിതി.

   ആരോഗ്യവാൻ/ആരോഗ്യവതി

   മദ്യാസക്തിയുണ്ടായിരുന്നു.

   മാനസികാസ്വാസ്ഥ്യമുണ്ടായിരുന്നു.

   ഗുരുതരമായ രോഗം ഉണ്ടായിരുന്നു.

9. ആത്മഹത്യ ചെയ്യാനുപയോഗിച്ച മാർഗ്ഗം

തൂങ്ങിമരണം

വിഷം കഴിച്ച്

ജലാശയത്തിൽ ചാടി

തീയിൽ ചാടി

റെയിൽവേ ട്രാക്കിൽ ചാടി

മറ്റുവിധത്തിൽ

10. സാമ്പത്തികസ്ഥിതി

നല്ല സാമ്പത്തികസ്ഥിതി

കടബാദ്ധ്യത

സാമ്പത്തിക ബുദ്ധിമുട്ട്

11. മുമ്പ് ആത്മഹത്യാശ്രമം നടത്തിയിട്ടുണ്ടോ ഇല്ലയോ?

12. ആത്മഹത്യയ്ക്കുള്ള കാരണം ഇതിനെ എട്ട് വിഭാഗമായി തിരിച്ചു.

ഭാര്യ/ഭർത്താവുമായി കലഹം

ഗുരുതരരോഗം

ദാരിദ്ര്യം

കടബാദ്ധ്യതയോ പെട്ടെന്നുള്ള സാമ്പത്തികത്തകർച്ചയോ

മാതാപിതാക്കളുമായി കലഹം

പ്രേമബന്ധങ്ങൾ

മാനസിക അസ്വസ്ഥത.

ഈ വിവരങ്ങൾ കൃത്യമായി സമാഹരിക്കുമ്പോൾ ഒരു വ്യക്തി ആത്മഹത്യ തെരഞ്ഞെടുത്തതിന്റെ മാനസികവും ശാരീരികവും കുടുംബപരവുമായ മുഴുവൻ സംഗതികളും തെളിഞ്ഞുകിട്ടുന്നു. ഈ വിവരങ്ങളെ അപഗ്രഥിക്കുമ്പോൾ സമൂഹത്തിൽ പൊതുവായി നിലനിൽക്കുന്ന ആത്മഹത്യാപ്രവണതകളെ നിർദ്ധാരണം ചെയ്തെടുക്കനാവും. അങ്ങനെ ചെയ്തുകിട്ടിയ നിഗമനങ്ങൾ എന്തൊക്കെയാണെന്ന് അടുത്ത അദ്ധ്യായത്തിൽ വിവരിക്കുന്നുണ്ട്.

ഇവിടെ അനുവർത്തിച്ച പഠനരീതി വളരെ ലളിതമാണ്. തങ്ങളുടെ പ്രവർത്തനമേഖലയിൽ സംഭവിക്കുന്ന ആത്മഹത്യയെ പഠിക്കാനും പരിഹാരം കാണാനും സാമൂഹികപ്രവർത്തകർക്കും സന്നദ്ധസംഘടനകൾക്കും ഈ രീതി ഉപയോഗിക്കാവുന്നതാണെന്നു സൂചിപ്പിക്കട്ടെ.

ആത്മഹത്യ:
പൊതുരീതികളും പ്രവണതകളും

കഴിഞ്ഞ അദ്ധ്യായത്തിൽ സൂചിപ്പിച്ച പഠനപ്രക്രിയയിൽക്കൂടി മനസ്സിലാക്കിയ വിവരങ്ങളെ കൃത്യമായി വിലയിരുത്തുമ്പോൾ നാം ചില യാഥാർത്ഥ്യങ്ങളിൽ എത്തിച്ചേരുന്നു. അവ എന്റെയും നിങ്ങളുടെയും ജീവിതങ്ങളെ പൊതിഞ്ഞുനിൽക്കുന്ന സത്യങ്ങളാണ്. ആദ്യമായി ബോദ്ധ്യപ്പെട്ട ഒരു സത്യം ജീവൻ വെടിഞ്ഞവരിൽ 64 ശതമാനം വ്യക്തികളും 15–നും 45–നും ഇടയിൽ പ്രായമുള്ള പ്രവർത്തനനിരതരും കർമ്മശേഷിയുള്ളവരും കുടുംബത്തിലും സമൂഹത്തിലും ഏറെ സംഭാവനകൾ നൽകുവാൻ കഴിയുന്നവരുമായിരുന്നു എന്നതാണ്. പലപ്പോഴും കുടുംബത്തിന്റെ സാമ്പത്തികഭദ്രത തകർക്കുന്നതായിരുന്നു ഇത്തരം ആത്മഹത്യകൾ. 69 വ്യക്തികൾ അഥവാ 13.7 ശതമാനം 60 വയസ്സു കഴിഞ്ഞവരും ഉറ്റവരെ ആശ്രയിച്ചു ജീവിച്ചുവന്നിരുന്നവരുമായിരുന്നു. വാർദ്ധക്യത്തിൽ ലഭിക്കേണ്ടതായ വിശ്രമം, പരിചരണം ഇവയൊക്കെ ലഭിക്കാതെ വന്നതാണ് ഇവരുടെ ആത്മഹത്യയുടെ കാരണമെന്നു വ്യക്തമാവുന്നുണ്ട്. മറ്റു വിവരങ്ങൾ അനുബന്ധം 4–ൽ ചേർത്തിട്ടുണ്ട്.

ആത്മഹത്യ – വയസ്സും പ്രായവും

പഠനവിഷയമാക്കിയ 504 സംഭവങ്ങളിൽ കുട്ടികളും കൗമാരപ്രായക്കാരും (15 വയസ്സിനു താഴെയുള്ളവർ) ആകെ 11 പേർ മാത്രമേ ഉണ്ടായിരുന്നുള്ളൂ. ആറ് ആൺകുട്ടികളും അഞ്ചു പെൺകുട്ടികളും അച്ഛനെ സ്കൂളിൽ വിളിച്ചുകൊണ്ടുവരണമെന്നു ടീച്ചർ പറഞ്ഞപ്പോൾ, അച്ഛനോടുള്ള ഭയംമൂലം മരണമാണ് തമ്മിൽ ഭേദമെന്നു കരുതി ആത്മഹത്യ ചെയ്ത ഒരു ആൺകുട്ടി. സൈക്കിൾ വാങ്ങിക്കൊടുക്കാത്തതിനു കലഹിച്ചും പരീക്ഷയിൽ മാർക്ക് കുറഞ്ഞതിനാൽ അച്ഛൻ വഴക്കുപറഞ്ഞതിൽ മനംനൊന്തും ആത്മഹത്യ ചെയ്തവരും വ്യാജമായി മോഷണക്കുറ്റം ആരോപിക്കപ്പെട്ടപ്പോൾ അഭിമാനബോധംമൂലം ആത്മഹത്യ ചെയ്ത ഒരാളും അച്ഛൻ വീട്ടുകാര്യങ്ങൾ നോക്കാതെ കിട്ടുന്ന പണം മുഴുവൻ ധൂർത്തടിക്കുന്നതിൽ മനംനൊന്ത് ആത്മഹത്യ ചെയ്ത ഒരു

മകനും ഒക്കെ ഇതിൽ ഉണ്ട്. പെൺകുട്ടികളാവട്ടെ പ്രേമനൈരാശ്യം മൂലവും (ഒരാൾമാത്രമേ ഇത്തരത്തിലുള്ളൂ) അമ്മ വഴക്കു പറഞ്ഞതു മൂലവും രോഗത്തിന്റെ പീഡനം കാരണവുമൊക്കെയാണ് ജീവനൊടുക്കിയത്.

ദാരിദ്ര്യംമൂലം അകലെയൊരു വീട്ടിൽ വീട്ടുജോലിക്കായി അച്ഛൻ നിർത്തിയിരുന്ന ധനലക്ഷ്മി എന്ന 12 വയസ്സുകാരിയുടെ മരണം ഹൃദയഭേദകമായിരുന്നു. സ്വന്തം വീട്ടിലേക്ക് രണ്ടു മാസം കഴിഞ്ഞു മാത്രം ഇടവേളയ്ക്കായി പോയാൽമതി എന്നും അതിനിടയിൽ അച്ഛനോ അമ്മയോ കാണാൻ വരില്ല എന്നും പറഞ്ഞുകൊണ്ട് കോപിഷ്ടനായി അച്ഛൻ പോയതിനു പിന്നാലെ വീട്ടുജോലികളിൽ കൃത്യത പുലർത്താതിരുന്നതിന് കൊച്ചമ്മയുടെ ശകാരം കൂടിയായപ്പോൾ അവൾ ആ വീടിനു പിന്നിൽ വാഴക്കൃഷിക്കായി കൊണ്ടുവന്നുവെച്ചിരുന്ന ഫ്യൂറിഡാൻ വാരിത്തിന്നു ലോകത്തോടുതന്നെ യാത്ര പറഞ്ഞു. കളിചിരിമാറാത്ത പ്രായത്തിൽ തന്നെ ആത്മഹത്യയിലൊടുങ്ങിയ ആ കുഞ്ഞുമനസ്സിൻ നൊമ്പരങ്ങൾ ആരെ ചിന്തിപ്പിക്കാൻ?

പതിനഞ്ചിനും ഇരുപത്തിയഞ്ചിനും ഇടയ്ക്കുള്ള പ്രായം ചാഞ്ചല്യങ്ങളുടെ കാലഘട്ടമായതുകൊണ്ടാവാം ഈ പ്രായത്തിൽ ധാരാളം ആത്മഹത്യകൾ നടക്കുന്നതായി കാണുന്നു. പഠനവിഷയമാക്കിയ 304 സംഭവങ്ങളിൽ ഈ വിഭാഗത്തിൽപ്പെടുന്ന 64 എണ്ണം ഉള്ളതായി കണ്ടെത്തി. 33 യുവാക്കളും 31 യുവതികളുമാണ് ആത്മഹത്യ ചെയ്തത്. ഇത് ആകെ സംഖ്യയുടെ (504)12.7 ശതമാനമായിരുന്നു. അപക്വമായ മനസ്സുകളുടെ അനിയന്ത്രിതമായ യാത്രകൾ.

ആത്മഹത്യയുടെ സമയവും സന്ദർഭവും

മനുഷ്യന്റെ ജനനവും വളർച്ചയും ആഹ്ലാദവേളകളും വിശ്രമവേളകളും ഒക്കെത്തന്നെ എവിടെയാണോ അതേ ഭവനങ്ങളിലും അതിന്റെ പരിസരങ്ങളിലുമായിരുന്നു 94.8 ശതമാനം ആത്മഹത്യകളും സംഭവിച്ചത്. മരിക്കുവാൻവേണ്ടി മാത്രം ദൂരെ മറ്റൊരിടത്തേക്കു പോകുവാൻ ആഗ്രഹിച്ചവർ തുലോം വിരളമായിരുന്നു. ഇതോടൊപ്പംതന്നെ പ്രസക്തമാണ്. ആത്മഹത്യയ്ക്കു തെരഞ്ഞെടുത്ത സമയം പ്രഭാതത്തിൽ, പ്രകൃതിയെപ്പോലെതന്നെ പ്രശാന്തമായി ചിന്തിച്ചു തുടങ്ങുന്നവർ ഉച്ചകഴിയുമ്പോൾ പ്രശ്നസങ്കീർണ്ണതയിൽപെടുകയാണെന്നു തോന്നുന്നു. പ്രദോഷസന്ധ്യകഴിഞ്ഞാൽ പുകയുന്ന മനസ്സുകളുമായി പിടയുന്നവർ, പുലർകാലത്തിൽ പൂങ്കോഴികൂവും മുമ്പ് പാതിരാവിന്റെ ഇരുൾത്തടങ്ങളിൽ ഈ ഭൂമിവിട്ടു വിടപറയുന്നതായി കാണുന്നു. ആകെയുള്ള 304 സംഭവങ്ങളിൽ 142 എണ്ണം മദ്ധ്യാഹ്നത്തിനും സന്ധ്യാവേളയ്ക്കും ഇടയിലും 226 എണ്ണം (44.8 ശതമാനം) രാത്രികാലത്തുമാണ് ഉണ്ടായത്. പ്രഭാതത്തിനും മദ്ധ്യാഹ്നത്തിനുമിടയിൽ 98 എണ്ണം മാത്രമേ (19.4 ശതമാനം) സംഭവിച്ചുള്ളൂ.

ആത്മഹത്യകളിൽ സിംഹഭാഗവും നടക്കുന്നത് തൂങ്ങിമരിക്കലിലൂടെയും വിഷം കഴിക്കലിലൂടെയുമാണ് തൂങ്ങിമരണം. 44 ശതമാനം പേർ തെരഞ്ഞെടുക്കുമ്പോൾ 43 ശതമാനം പേർ വിഷം കുടിച്ച് ആത്മഹത്യ ചെയ്യുന്നു.

ഇതിനു കാരണമെന്താണ്? രാവിലെയും മറ്റും ചുറ്റുപാടുകൾ സജീവമായി ഉണർന്നിരിക്കുന്നതുകൊണ്ട് ആത്മഹത്യയ്ക്കുവേണ്ട ഏകാന്ത സാഹചര്യം ലഭിക്കാത്തതോ രാത്രിയുടെ ഏകാന്തതയിൽ ഒറ്റപ്പെടലിന്റെയും അസ്വസ്ഥതയുടെയും വേദന ഇരട്ടിയാകുന്നതോ? എളുപ്പത്തിൽ ഉത്തരങ്ങളിലെത്തുന്നതിനു പകരം ഈ വിഷയങ്ങളെപ്പറ്റി ശരീരശാസ്ത്രത്തിന്റെയും മനഃശാസ്ത്രത്തിന്റെയുമൊക്കെ അടിസ്ഥാനത്തിൽ വിദഗ്ധർ പര്യാലോചന നടത്തേണ്ടതുണ്ട്.

ആത്മഹത്യകളിലെ മതവും തൊഴിലും

മതവിശ്വാസം എത്രത്തോളം ഒരു വ്യക്തിയുടെ ജീവിതത്തെ സ്വാധീനിച്ചു എന്ന് ഇത്തരം ഒരു പഠനത്തിലൂടെ പറയാനാവില്ല. എങ്കിലും ആത്മഹത്യ ചെയ്തവരുടെ മതവിശ്വാസം സംബന്ധിച്ച വിവരങ്ങൾ വ്യക്തമായ ചില സൂചനകൾ നൽകുന്നു. ആത്മഹത്യ ചെയ്ത 504 സംഭവങ്ങളിൽ 362 അഥവാ 71.8 ശതമാനം ഹിന്ദുമതവിശ്വാസികൾ. 34 അഥവാ 6.7 ശതമാനം ഇസ്ലാംമതവിശ്വാസികൾ. 105 അതായത് 20.8 ശതമാനം ക്രൈസ്തവർ എന്നിങ്ങനെ കണ്ടെത്തി. അന്ന് കേരളത്തിലെ ജനസംഖ്യയിൽ 24.7 ശതമാനം ഇസ്ലാംമതവിശ്വാസികൾ, 56.2 ശതമാനം ഹൈന്ദവർ, 19.02 ശതമാനം ക്രൈസ്തവർ എന്നതാണ് 2001-ലെ സെൻസസ് പ്രകാരമുള്ള വിവരങ്ങൾ.

മരണപ്പെട്ടവരിൽ 217 പേർ (43.1 ശതമാനം) കൂലിപ്പണിയെടുക്കുന്നവരും 80 പേർ വിദഗ്ധതൊഴിലാളികളുമായിരുന്നു. മറ്റുള്ളവർ തൊഴിൽരഹിതർ എന്നു പറയാമെങ്കിലും ഇവരിൽ വീട്ടമ്മമാരും വിശ്രമജീവിതം നയിക്കുന്നവരും ഉൾപ്പെടുന്നു. എത്രപേർ വീട്ടമ്മമാരായിരുന്നു, എത്രയാൾ കടബാദ്ധ്യതയുള്ളവരായിരുന്നു, മരിച്ചവരുടെ വിദ്യാഭ്യാസയോഗ്യത എന്തൊക്കെയായിരുന്നു, സാമ്പത്തികനിലവാരം എന്തായിരുന്നു മുതലായ പല വിവരങ്ങളും ഈ പഠനത്തിൽ ലഭ്യമായില്ല. ഇത്തരം വിവരങ്ങൾ പൊലീസിന്റെ അന്വേഷണരേഖകളിൽ ശേഖരിച്ചിരുന്നില്ല എന്നതാണ് ഇതിനുള്ള കാരണം. ഈ ന്യൂനതകൾ പരിഹരിക്കുവാൻ രണ്ടാംഘട്ട പഠനവേളയിൽ കഴിഞ്ഞിട്ടുണ്ട്.

ആത്മഹത്യ ചെയ്യുന്ന രീതികൾ

ആത്മഹത്യ ചെയ്തവരിൽ 44.6 ശതമാനം തൂങ്ങിമരിക്കുന്ന രീതി അവലംബിച്ചപ്പോൾ 43 ശതമാനം വിഷപദാർത്ഥങ്ങൾ കഴിച്ചാണ് മരണം വരിച്ചത്. ജലാശയങ്ങളിൽ മുങ്ങി 3.4 ശതമാനവും റെയിൽവേ പാതയിൽ 1.8 ശതമാനവും ജീവനൊടുക്കി. തീ കൊളുത്തി ആത്മഹൂതി ചെയ്തവരുടെ എണ്ണം 31 ആയിരുന്നു (6.2 ശതമാനം) ആത്മഹത്യയ്ക്കുള്ള കാരണങ്ങളിൽ പ്രധാനപ്പെട്ടവ സാമ്പത്തികസ്ഥിതിയിൽ പെട്ടെന്നുണ്ടായ ഇടിവ് (22 ശതമാനം) മാതാപിതാക്കളുമായോ ജീവിത

പങ്കാളിയുമായോ ഉണ്ടായ കലഹം (28.4 ശതമാനം), തീവ്രവും ഗുരുതരവുമായ രോഗം (13.8 ശതമാനം) എന്നിവയായിരുന്നു. പത്രമാസികകളിൽ വലിയ വാർത്താപ്രാധാന്യം നേടിയെടുക്കുന്നുണ്ടെങ്കിലും പ്രേമനൈരാശ്യം അഥവാ പ്രണയവിഹ്വലത (രമണൻ മോഡൽ) ഒരു പ്രധാന ഘടകമല്ലതന്നെ. വെറും 1.4 ശതമാനം സംഭവങ്ങൾമാത്രമാണ് ഇതിൽനിന്നും ഉണ്ടായത്. ദാരിദ്ര്യം അതിൽതന്നെ ആത്മഹത്യയ്ക്കു പ്രേരകമാവുന്നില്ല. അല്ലാത്തപക്ഷം അന്തിയുറങ്ങുവാൻ പെരുവഴികൾ മാത്രമുള്ളവരും രണ്ടു നേരംപോലും ആഹാരത്തിനു വകയില്ലാത്തവരുമായ ആയിരങ്ങൾ അറബിക്കടലിൽ ചാടിയോ അരളിക്കായ കഴിച്ചോ ഒക്കെ തന്നെ പരലോകം പ്രാപിക്കുമായിരുന്നു. അപ്പോൾ ഇവിടെ ഒരു കാര്യം വ്യക്തമാവുന്നുണ്ട്. തനിക്കു പരിചിതമായതും ഇണങ്ങിച്ചേർന്നുകഴിഞ്ഞതുമായ സാമ്പത്തികാവസ്ഥ സഹനീയമാണ്. എന്നാൽ അതിൽനിന്നും പെട്ടെന്നുണ്ടാവുന്ന അഥവാ ആസന്നമാണെന്നു മുന്നിൽ കാണുന്ന താഴേക്കുള്ള പതനമാണ് തീർത്തും അസഹനീയമാവുന്നതും പൊടുന്നനേ ഒറ്റയ്ക്കോ കുടുംബസമേതമോ ജീവൻ ത്യജിക്കുവാൻ മനുഷ്യരെ പ്രേരിപ്പിക്കുന്നതുമായ ഘടകം.

ഒറ്റപ്പെടൽ: പകരംവെയ്ക്കാനൊന്നുമില്ലാത്ത വേദന

മനഃശാസ്ത്രവിദഗ്ധനായ ഡേവിഡ് എച്ച്.മലാൻ പറയുന്നതു ശ്രദ്ധേയമാണ്. ആത്മഹത്യ ചെയ്യുന്നത് വ്യക്തിത്വത്തിൽ വൈകല്യമുള്ളവരോ (അബ്നോർമൽ) കുഴഞ്ഞുമറിഞ്ഞു പ്രശ്നസങ്കീർണ്ണമായ ജീവിതമുള്ളവരോ ഒന്നും ആയിരിക്കണമെന്നില്ല. മനുഷ്യന് അഭിമുഖീകരിക്കുവാൻ ആവാത്ത ഏറ്റവും അപകടകരമായ അവസ്ഥ സകലവിധ ആശയും പ്രതീക്ഷയും അസ്തമിച്ച സ്ഥിതിയാണ്. ഈ അവസ്ഥയിൽ പൊതുവെ സാധാരണ ജീവിതം നയിക്കുന്ന വ്യക്തികളും ആത്മഹത്യ ചെയ്തേക്കും.

മദ്ധ്യവയസ്കയായ ഒരു സ്ത്രീയുടെ അനുഭവം അദ്ദേഹം എടുത്തു പറയുന്നുണ്ട്. ഇവരുടെ ഭർത്താവ് ദീർഘമായ രോഗാവസ്ഥയ്ക്കുശേഷം ഏതാനും മാസം മുമ്പ് മരണപ്പെട്ടിരുന്നു. മനഃശാസ്ത്രജ്ഞനെ ഇവർ കാണാനെത്തിയത് തന്റെ ഏകപുത്രൻ ഒരാഴ്ചയ്ക്കു മുമ്പ് തീവണ്ടിക്കു മുമ്പിൽ ചാടി ആത്മഹത്യ ചെയ്തതിനുശേഷമാണ്. ആദ്യം വന്നപ്പോൾ ഇനി ജീവിച്ചിരുന്നിട്ടെന്തു കാര്യം എന്നു പറഞ്ഞുവെങ്കിലും പല തവണ മനഃശാസ്ത്രവിദഗ്ധന്റെ ക്ലിനിക്കിൽ വന്നതിനുശേഷം ജീവിതത്തെ നേരിടാനുള്ള കരുത്ത് സാവധാനം വീണ്ടെടുത്തുവരികയായിരുന്നു. തന്റെ സ്നേഹിതയോടൊപ്പം ഒഴിവുകാലം ചെലവഴിക്കാമെന്നും തന്നെപ്പോലെതന്നെ ഏകയായ അവരും താമസിയാതെ തന്നോടൊപ്പം ഒന്നിച്ചു താമസിക്കാൻ വരുമെന്നും ഒക്കെ പദ്ധതികൾ തയ്യാറാക്കി ഇവർ സാവധാനം സാധാരണ ജീവിതത്തിലേക്കു മടങ്ങിവരികയായിരുന്നു. പെട്ടെന്നാണ് ആ സ്നേഹിതയെ രോഗബാധിതയായി ആശുപത്രിയിൽ പ്രവേശിപ്പിക്കേണ്ടി വന്നത്. അതോടെ ആ വൃദ്ധമനസ്സിലെ സ്വപ്നങ്ങൾ

പാഴ്ക്കുമിളകളെപ്പോലെ പൊട്ടിച്ചിതറി; ഹൃദയത്തിന്റെ തന്ത്രികൾ ഒന്നാകെ തകർന്നുപോയി. ആ ആഘാതത്തിന്റെ പ്രഹരത്തിൽ തളർന്നു പോയ അവർ അമിതമായി ഉറക്കഗുളികകൾ കഴിച്ച് ഒരിക്കലും ഉണരുവാൻ കഴിയാത്ത നിദ്രയിലമർന്നു.

കളമശ്ശേരി രാജഗിരി കോളേജ് ഓഫ് സോഷ്യൽ സയൻസസ് എന്ന സ്ഥാപനത്തിലെ ഡയറക്ടറായിരുന്ന സാമൂഹികശാസ്ത്രജ്ഞൻ ശ്രീ. പി.ഒ. ജോർജ്ജ് ഇപ്രകാരം നിരീക്ഷിക്കുന്നു. കേരളത്തിലെ ആത്മഹത്യാപ്രവണതയ്ക്ക് പ്രധാനമായ ഒരു കാരണം കൂട്ടുകുടുംബം നിശ്ശേഷം തകർന്നുപോവുകയും ആ സ്ഥാനത്ത് അണുകുടുംബങ്ങൾ സാർവ്വത്രികമാവുകയും ചെയ്തു എന്നതാണ്. സ്ത്രീകളുടെ വളരെ ഉയർന്ന സാക്ഷരതയും (89.81 ശതമാനം) വീട്ടമ്മയുടെ അടുക്കളയിൽ നിന്നും ഔദ്യോഗിക രംഗത്തേക്കും പൊതുരംഗത്തേക്കുമുള്ള കടന്നുവരവും സ്ത്രീകളുടെ പ്രത്യേകിച്ച് യുവതികളുടെ ജീവിതത്തെ കൂടുതൽ സങ്കീർണ്ണമാക്കിയിട്ടുണ്ട്. ഓഫീസോ തൊഴിൽരംഗമോ വിട്ട് തിരികെ വീട്ടിൽ എത്തിയാൽ കുടുംബാംഗങ്ങൾക്കായി പാചകം, പ്രായമായവർക്ക് പരിചരണം, വീടു വൃത്തിയാക്കൽ, അതിഥി സൽക്കാരം, സാമൂഹ്യമായ മറ്റ് ഉത്തരവാദിത്വങ്ങൾ ഇവയൊക്കെ സ്ത്രീകൾ ചെയ്യേണ്ടിയിരിക്കുന്നു. ഈവക കാര്യങ്ങളിലൊന്നും വേണ്ടത്ര സഹായിക്കാത്തവരാണ് പുരുഷന്മാരിൽ ബഹുഭൂരിപക്ഷവും. ഇങ്ങനെ മാനസികമായ പിരിമുറുക്കം അനുഭവിക്കുന്ന കുടുംബിനികൾക്ക് ഭർത്താക്കന്മാർ മദ്യസേവകരോ അപഥസഞ്ചാരികളോ ആണെന്ന് അറിയുമ്പോൾ മനസ്സിലെ അഗ്നിപർവ്വതങ്ങൾ ഒന്നൊന്നായി വിസ്ഫോടനം നടത്തി. അഗ്നിയും ലാവയും പുറത്തേക്ക് ഒഴുകിയെന്നിരിക്കും. പെട്ടെന്നുണ്ടാവുന്ന ഏതെങ്കിലും നിസ്സാരസംഭവമായിരിക്കാം ഒരു സ്ഫോടനം ഉണ്ടാക്കുന്നത്. ആ സംഭവം അതിൽത്തന്നെ ലഘുവാണെന്നിരിക്കും. 'മോങ്ങാനിരിക്കുന്ന നായയുടെ തലയിൽ തേങ്ങാ' എന്നപോലെയോ പഴങ്കഥയിലെ ഒട്ടകത്തിന്റെ പുറത്തുവെച്ച അവസാന വൈക്കോൽകെട്ടുപോലെയോ ആയിത്തീരാം.

കടം കേറുന്ന കർഷകരുടെ ആത്മഹത്യകൾ

നാണ്യവിളകളും സബ്സിഡിയും

ഇക്കഴിഞ്ഞ കുറെ വർഷങ്ങളായി നമ്മുടെ മാധ്യമങ്ങളുടെ പ്രധാന തലക്കെട്ടുകളെ ആകർഷിക്കുന്ന വിഷയമാണ് 'കർഷക ആത്മഹത്യ. കടക്കെണിയും മറ്റും കാരണമായി ആത്മഹത്യ ചെയ്യുന്ന കർഷകരുടെ കദനകഥകൾ നെടുങ്കൻ ഫീച്ചറുകളാക്കി മാധ്യമങ്ങൾ ആഘോഷിക്കുന്നു. ഏതാനും ദിവസങ്ങൾക്കുശേഷം വിഷയം മറന്നേ പോകുന്നു. ഇതാണ് നമ്മുടെ ബുദ്ധിജീവിചർച്ചകളുടെ അവസ്ഥ. കേവലം ചർച്ചകൾക്കപ്പുറത്ത് രാഷ്ട്രം നേരിടുന്ന ഈ ഗൗരവ പ്രശ്നത്തെ ഒരു മാനവികപ്രശ്നമായി പരിഗണിച്ച് വസ്തുനിഷ്ഠമായി പഠിക്കുവാനും വേണ്ട നടപടികളെടുക്കുവാനും നാം ഇതുവരെ തുനിഞ്ഞിട്ടില്ല. സർക്കാർ മാത്രമല്ല, നമ്മുടെ നാട്ടിൽ പ്രവർത്തിക്കുന്ന എണ്ണമറ്റ മത-സാംസ്കാരിക-സാമൂഹിക സംഘടനകളും അടിയന്തിരമായി ഇടപെടേണ്ട സാമൂഹിക പ്രശ്നമാണിതെന്ന് ആമുഖമായിത്തന്നെ പറയട്ടെ.

2004-ൽ ഭാരതത്തിലുണ്ടായ ആകെ 113697 ആത്മഹത്യകളിൽ കർഷകരുടെ ആത്മഹത്യകൾ 18241 ആയിരുന്നു. അതായത് പതിനാറ് ശതമാനം. ഏറ്റവും കൂടുതൽ കർഷക ആത്മഹത്യകൾ നടന്നത് മഹാരാഷ്ട്രയിലായിരുന്നു. 4147 ആത്മഹത്യകൾ. രണ്ടാം സ്ഥാനം ആന്ധ്രപ്രദേശിനായിരുന്നു. 2666 മരണങ്ങൾ. ആകെ ഓരോ സംസ്ഥാനത്തുണ്ടായ ആകെ ആത്മഹത്യകളുടെ ശതമാനക്കണക്ക് പരിശോധിച്ചാലും മഹാരാഷ്ട്ര, മദ്ധ്യപ്രദേശ്. ഛത്തീസ്ഗഢ്, ആന്ധ്രപ്രദേശ്, കർണാടക എന്നീ അഞ്ചു സംസ്ഥാനങ്ങളിലാണ് കർഷക ആത്മഹത്യകൾ നിർണ്ണായകസ്ഥാനത്ത് എത്തിച്ചേർന്നത്. 16 മുതൽ 28 വരെയായിരുന്നു. ഈ സംസ്ഥാനങ്ങളിൽ കർഷക ആത്മഹത്യയുടെ ശതമാനം. വിശദവിവരങ്ങൾ പട്ടിക 6.1-ൽ ചേർക്കുന്നു.

പട്ടിക 6.1

സംസ്ഥാനം	കർഷക ആത്മഹത്യകൾ	ആകെ ആത്മഹത്യകൾ	കർഷക ആത്മഹ ത്യയുടെ ശതമാനം
ആന്ധ്രാപ്രദേശ്	2666	13526	19.7
ബീഹാർ	23	351	6.6
ഛത്തീസ്ഗഢ്	1395	4495	31
മഹാരാഷ്ട്ര	4147	14729	28.2
മദ്ധ്യപ്രദേശ്	1638	6795	24.1
കർണാടകം	1963	11937	16.4
കേരളം	903	9053	10
ഉത്തർപ്രദേശ്	496	3687	13.6
തമിഴ്നാട്	1599	12839	12.5
പശ്ചിമ ബംഗാൾ	822	13424	6.1
പഞ്ചാബ്	74	645	11.5
രാജസ്ഥാൻ	749	3725	20.1

വിവിധ സംസ്ഥാനങ്ങളിൽ കാർഷികരംഗത്തെ ആത്മഹത്യകൾ
(നാഷണൽ ക്രൈം റിക്കാർഡ്സ് ബ്യൂറോയുടെ രേഖകൾ ആധാരം)

സാമ്പത്തികാസൂത്രണവിദഗ്ധർ ഇതുകൊണ്ടാണ് ആദ്യം പറഞ്ഞ അഞ്ച് സംസ്ഥാനങ്ങളെ കർഷക ആത്മഹത്യകളുടെ കാര്യത്തിൽ സത്വരശ്രദ്ധ ആവശ്യമായ മേഖലയായി വിലയിരുത്തുന്നത്. ഇത് 2004 വർഷത്തിൽ മാത്രമുള്ള ഒരു പ്രതിഭാസമല്ല. മറിച്ച് കഴിഞ്ഞ ഒമ്പതു വർഷങ്ങളായി ഈ അഞ്ച് സംസ്ഥാനങ്ങളിൽ കർഷക ആത്മഹത്യകൾ വർദ്ധിച്ചുവരുന്നതായി ഈ പ്രശ്നത്തെപ്പറ്റി അവഗാഢമായി പഠിച്ചിട്ടുള്ള പ്രൊഫസർ കെ.നാഗരാജ് (മദ്രാസ് ഇൻസ്റ്റിറ്റ്യൂട്ട് ഓഫ് ഡവലപ്മെന്റ് സ്റ്റഡീസ്) ചൂണ്ടിക്കാണിക്കുന്നു. 2005-ലും ഇതേ സ്ഥിതിതന്നെ. തുടർന്നു. ആ വർഷം നടന്ന കർഷകആത്മഹത്യകൾ ഭാരതത്തിൽ ആകമാനം 17131 ആയിരുന്നു. ആകെ നടന്ന 113914 ആത്മഹത്യകളുടെ 15 ശതമാനം കർഷക ആത്മഹത്യകളായിരുന്നു. 1997 മുതൽ 2005 വരെയുള്ള ഒമ്പതു വർഷങ്ങളിൽ ഭാരതത്തിൽ ആകെ ഒന്നരലക്ഷം കർഷക ആത്മഹത്യകൾ ഉണ്ടായതായി പ്രൊഫസർ നാഗരാജ് കണ്ടെത്തി. കർഷക ആത്മഹത്യകളിൽ സ്വന്തമായി കാർഷികവൃത്തി ചെയ്യുന്നവരും കർഷക തൊഴിലാളികളുമാണ് ഉൾപ്പെടുക. അതായത് കൃഷിപ്പണി ഉപജീവന മാർഗ്ഗമാക്കിയവർ. കർഷക കുടുംബങ്ങളിലെ അംഗങ്ങളും മറ്റും മറ്റു കാരണങ്ങളാൽ ആത്മഹത്യ ചെയ്യുന്ന പക്ഷം അതൊന്നും മേൽപറഞ്ഞ കണക്കുകളിൽ പെടുന്നില്ല എന്ന് ശ്രദ്ധിക്കേണ്ടിയിരിക്കുന്നു.

2014-ൽ കാർഷികരംഗത്ത് പണിയെടുക്കുന്നവരുടെ ആത്മഹത്യകൾ 12360 ആയിരുന്നു. 2015-ലും ഈ നില തുടർന്ന് 12602 ലെത്തി. മുൻ വർഷങ്ങളിലെപ്പോലെതന്നെ മഹാരാഷ്ട്ര, മധ്യപ്രദേശ്, കർണാടക,

1997 മുതൽ 2005 വരെയുള്ള 9 വർഷങ്ങളിൽ ഭാരതത്തിൽ ആകെ ഒന്നരലക്ഷം കർഷക ആത്മഹത്യകൾ ഉണ്ടായതായി പ്രൊഫസർ കെ. നാഗരാജ് പഠനത്തിലൂടെ കണ്ടെത്തി. കർഷക ആത്മഹത്യകളിൽ കൃഷിപ്പണി ഉപജീവനമാർഗ്ഗമാക്കിയവർ മാത്രമാണ് ഉൾപ്പെടുന്നത്. കർഷകകുടുംബങ്ങളിലെ അംഗങ്ങളും മറ്റും മറ്റു കാരണങ്ങളാൽ ആത്മഹത്യ ചെയ്താൽ അതുപോലും മേൽപ്പറഞ്ഞ കണക്കുകളിൽ പെടുന്നില്ല എന്ന് ശ്രദ്ധിക്കേണ്ടിയിരിക്കുന്നു.

തെലുങ്കാന എന്നീ നാലു സംസ്ഥാനങ്ങൾതന്നെയാണ് ഇപ്പോഴും കാർഷികരംഗത്തെ ആത്മഹത്യകളിൽ മുൻപന്തിയിലുള്ളത്.

കാർഷികരംഗത്തെ ഗുരുതരമായ പ്രതിസന്ധിയിലേക്കാണ് ഈ ആത്മഹത്യകളുടെ പെരുപ്പം വിരൽ ചൂണ്ടുന്നത്. 1990 മുതൽ കാർഷിക മേഖലയിൽ ഉണ്ടായിട്ടുള്ള തകർച്ചയാണ് കർഷക ആത്മഹത്യകളുടെ പെരുപ്പത്തിനു പ്രധാന കാരണമെന്നു വിദഗ്ധർ വിലയിരുത്തുന്നു. മുകളിൽ പറഞ്ഞിട്ടുള്ള അഞ്ചു സംസ്ഥാനങ്ങളിൽ നാണ്യവിളകൾ (Cash Crops) ക്കാണ് പ്രാമുഖ്യം. ഭൂപരിഷ്കരണനിയമങ്ങളുടെ അപര്യാപ്തത, ജലസേചനസൗകര്യങ്ങളുടെ കുറവ്, കാർഷികരംഗത്തെ രാസവളം, വിത്ത് ഇവയുടെ അമിതമായ വില, രോഗ-കീടാണു ബാധകൾ, അവയെ പ്രതിരോധിക്കാനുള്ള മരുന്നുകളുടെ വിലക്കയറ്റം മുതലായ അടിസ്ഥാന കാർഷികപ്രശ്നങ്ങൾ ചെറുകിടകൃഷിയെ ലാഭകരമല്ലാതാക്കിയപ്പോൾ മറുഭാഗത്ത് ആഗോളവൽക്കരണംമൂലം തുടർച്ചയായ വർഷങ്ങളിൽ വിളവുകൾക്ക് ഗുരുതരമായ വിലത്തകർച്ചയുമുണ്ടായി. പരുത്തി, കരിമ്പ് മുതലായ കൃഷിയിനങ്ങളിൽ ഇത്തരത്തിലുണ്ടായ പ്രതിസന്ധി ഉദാഹരണമായി ചൂണ്ടിക്കാണിക്കപ്പെടുന്നു. അമേരിക്കൻ ഐക്യനാടുകളിലും യൂറോപ്യൻ രാജ്യങ്ങളിലുമാകട്ടെ ഈ പ്രതിസന്ധിയെ അതിജീവിക്കുവാൻ കർഷകർക്ക് ഉദാരമായ സബ്സിഡികൾ നൽകി വരുന്നുണ്ട്. നേരെ മറിച്ച് ഭാരതത്തിൽ നിലവിലുള്ള സബ്സിഡികൾ തന്നെ ഓരോന്നായി നിറുത്തലാക്കിവരികയാണു ചെയ്യുന്നത്. കടക്കെണിയിൽ കൂടുതൽ ആഴങ്ങളിലേക്കു കർഷകകുടുംബങ്ങൾ മുങ്ങിത്താണുകൊണ്ടിരിക്കുന്ന അവസ്ഥയാണ് ഭാരതത്തിലെ വിവിധ പ്രദേശങ്ങളിൽ കാണുന്നത്. കേന്ദ്രസർക്കാരാകട്ടെ കാർഷികമേഖലയിലുള്ള മൂലധനനിക്ഷേപം ക്രമാനുഗതമായി കുറച്ചുകൊണ്ട് സ്വകാര്യമേഖലയുടെ പിടിയിലേക്ക് കാർഷികമേഖലയെ വിട്ടുകൊടുത്തിരിക്കുന്ന പ്രതീതിയാണ് സർക്കാർ നയങ്ങൾ നൽകുന്നത്.

കാർഷികരംഗത്തെ ആത്മഹത്യകൾ തുടർന്നുകൊണ്ടിരിക്കുന്നു. 2016ൽ ഭാരതത്തിലാകമാനം 11379 ആത്മഹത്യകളാണ് കാർഷിക മേഖലയിൽ ഉണ്ടായത്. ചെറുകിട കർഷകരും (Marginal Farmers) കർഷകത്തൊഴിലാളി കുടുംബങ്ങളിൽ പെടുന്നവരുമാണ് ജീവിതം വഴിമുട്ടിയപ്പോൾ ജീവനൊടുക്കിയത്. 2017ൽ ഇവരുടെ സംഖ്യ10655 ആയി കുറഞ്ഞു. 2018ൽ 10349 ആയിരുന്നു. ആ വർഷം ആകെ ഉണ്ടായ ആത്മഹത്യകളിൽ 7.7 ശതമാനമായിരുന്നു കാർഷികമേഖലയിൽ സംഭവിച്ചത്. മുൻവർഷങ്ങളിലേതു പോലെ തന്നെ മഹാരാഷ്ട്ര (വിദർഭ മേഖലയിൽ), മദ്ധ്യപ്രദേശ്, കർണാടക, തമിഴ്നാട്, പശ്ചിമബംഗാൾ എന്നീ അഞ്ച് സംസ്ഥാനങ്ങളിലാണ് കാർഷികമേഖലയിലെ വിലത്തകർച്ചയും കടബാദ്ധ്യതയും കർഷക ഏറ്റവുമധികം അലട്ടിയത്. GM (Genetically modified) എന്ന രീതിയിലുള്ള കൃഷിരീതി, പ്രത്യേകിച്ച് പരുത്തികൃഷിയിൽ വ്യാപകമായതോടെ, ചെറുകിട കർഷകർക്ക് കൂടിയ വിലയ്ക്ക് ഇവയുടെ തൈകൾ വാങ്ങേണ്ടതായി വന്നു. അതിന്റെ പരിണതഫലം, ഉയർന്ന

ഓർക്കുക, നമ്മുടെ നിലനില്പിന്നടിസ്ഥാനശിലകളിലൊന്നാണ് കൃഷി. ഈ പുതിയ ഐ.ടി. യുഗത്തിൽ പുതുതലമുറ കൃഷിയോടും മണ്ണിനോടും വിപ്രതിപത്തി പ്രകടിപ്പിച്ച് അകലുന്ന സാഹചര്യത്തിലാണ് കൃഷി ഉപജീവനമാക്കിയവർക്ക് ഈ ദുരന്തം സംഭവിക്കുന്നത്.

കടബാദ്ധ്യത - ഉൽപ്പന്നത്തിന്റെ വിലയാകട്ടെ സാധാരണ പരുത്തി നൂലിന്റെ വില മാത്രം. കാർഷികമേഖലയിൽ പരമ്പരാഗത രീതിയും ജൈവകൃഷിയും അനുകൂലിക്കുന്നവരിൽനിന്ന് എതിർപ്പുകളും ഉണ്ടാകുന്നു. സംഘർഷത്തിനുള്ള സാദ്ധ്യതകളും ഏറുകയാണ്.

വയനാട്ടിലെ ദുരന്തങ്ങൾ

കേരളത്തിലെ സ്ഥിതി പരിശോധിക്കുമ്പോൾ 2004-ൽ കർഷക ആത്മഹത്യകളുടെ എണ്ണം 903 ആയിരുന്നുവെന്നും അത് സംസ്ഥാനത്തുണ്ടായ ആകെ ആത്മഹത്യകളുടെ 10 ശതമാനമായിരുന്നുവെന്നും നമ്മൾ കണ്ടുകഴിഞ്ഞു. ഒറ്റനോട്ടത്തിൽ ആശങ്കയുണർത്തുന്ന ഒരു പ്രശ്നമാണിതെന്നു തോന്നിയില്ല എന്നുവരാം. എങ്കിലും 2005 വർഷത്തിൽ കേരളത്തിലെ കർഷക ആത്മഹത്യകൾ 903-ൽ നിന്നും 1118 ആയി ഉയർന്നു എന്നതും ശതമാനക്കണക്കിൽ 10-ൽ നിന്നും 12.1 ശതമാനമായി ഉയർന്നു എന്നതും ശ്രദ്ധേയമാണ്. ഭാരതത്തിൽ ആകമാനം കാർഷികവൃത്തിയിൽ ഏർപ്പെട്ടിരിക്കുന്നവരുടെ സംഖ്യ ഓരോ വർഷവും കുറഞ്ഞുവരികയാണ് എന്നതും ഈ അവസരത്തിലോർക്കുക. കാർഷികമേഖലയിൽ പ്രവൃത്തിയെടുക്കുന്നവരുടെ എണ്ണം 1991ലെ സെൻസസ് പ്രകാരം 11.1 കോടി ആയിരുന്നത് 2001-ൽ 10.3 കോടിയായി കുറഞ്ഞു. നിശ്ചയമായും തുടർന്നുള്ള വർഷങ്ങളിൽ ഈ സംഖ്യയിൽ വീണ്ടും ഗണ്യമായ കുറവുണ്ടായിട്ടുണ്ടാവണം. ഓർക്കുക, നമ്മുടെ നിലനില്പിന്നടിസ്ഥാനശിലകളിലൊന്നാണ് കൃഷി ഉപജീവനമാക്കിയവർക്ക് ഈ ദുരന്തം സംഭവിക്കുക എന്നത്. അതിനാൽ കർഷക ആത്മഹത്യ കേവലം വ്യക്തിനാശത്തിനപ്പുറത്ത് വലിയ രാഷ്ട്രീയ സാമൂഹികമാനങ്ങളുള്ള പ്രശ്നമാണ് (ഹിന്ദു ദിനപത്രം 2007 നവംബർ ഹൈദരാബാദ്).

കേരളത്തിൽ പലയിടത്തും കർഷക ആത്മഹത്യകൾ നടക്കുന്നുണ്ടെങ്കിലും വയനാട് ജില്ലയിലെ അത്തരം ആത്മഹത്യകൾ പത്രമാസികകളിലൂടെ സവിശേഷമായ ശ്രദ്ധ നേടിയിട്ടുണ്ട്. അതുകൊണ്ട് 2004 വർഷത്തിൽ വയനാട് ജില്ലയിൽ നടന്ന ആത്മഹത്യകളുടെ പ്രത്യേകമായ ഒരു പഠനം നടത്തുവാൻ ശ്രദ്ധിച്ചിട്ടുണ്ട്. ഇതിവിടെ ലഭിച്ച വിവരങ്ങൾകൂടി ഒരു വിഹഗവീക്ഷണത്തിനു വിധേയമാക്കാം.

പട്ടിക 6.2

തൊഴിൽമേഖല	ആത്മഹത്യകളുടെ എണ്ണം	ആത്മഹത്യകളുടെ ശതമാനം
കൂലിപ്പണി	129	42.72
ശമ്പളക്കാർ	4	1.32
കൃഷിപ്പണി	65	21.52
തൊഴിൽരഹിതർ	43	14.23
വീട്ടമ്മ	47	15.57
വിദ്യാർത്ഥി	12	3.93
മറ്റുള്ളവർ	2	0.66
ആകെ	302	100

വയനാട് ജില്ലയിലെ ആത്മഹത്യകൾ (2004)

വയനാട് ജില്ലയിൽ ആത്മഹത്യാനിരക്ക് 38.8 ആയിരുന്നു (സംസ്ഥാനത്തിന്റെ ശരാശരി 28.4) എന്നുള്ളത് പ്രത്യേകം ശ്രദ്ധിക്കേണ്ടതാണ്. മുകളിൽ ചേർത്തിട്ടുള്ള കണക്കിലെ 129 കൂലിപ്പണിക്കാരിൽ എത്ര പേർ കാർഷികമേഖലയിൽ പ്രവൃത്തി എടുത്തിരുന്നു എന്ന വിവരം ലഭ്യമായിട്ടില്ലെങ്കിലും കുറെപ്പേരെങ്കിലും ഉണ്ടാവുമല്ലോ. അപ്പോൾ കൃഷിപ്പണി എന്ന മേഖലയിൽ ആത്മഹത്യകളുടെ എണ്ണം 65-ൽ നിന്നും യഥാർത്ഥത്തിൽ കൂടുതലാവാനാണ് സാദ്ധ്യത. ആത്മഹത്യ ചെയ്തവരിൽ 242 വ്യക്തികൾ (80.13 ശതമാനം) 18000 രൂപ വാർഷികവരുമാനം എന്ന തലത്തിനുതാഴെയുള്ളവരായിരുന്നുവെന്നും 72 വ്യക്തികൾ സാമ്പത്തിക ബുദ്ധിമുട്ടുകൾ അനുഭവിക്കുന്നവരായിരുന്നു. (24.18 ശതമാനം) എന്നും 116 വ്യക്തികൾ (38.42 ശതമാനം) കുടുംബകലഹംമൂലമാണ് ആത്മഹത്യ ചെയ്തതെന്നുമായിട്ടുണ്ട് (ജില്ലാ ക്രൈം റിക്കാർഡ്സ് ബ്യൂറോയുടെ രേഖകൾ) കുടുംബകലഹത്തിൽ എത്രയെണ്ണത്തിന്റെ മൂലകാരണം സാമ്പത്തികപ്രശ്നത്തെച്ചൊല്ലിയുള്ള കലഹങ്ങളായിരുന്നുവെന്നത് ആരും പഠനവിഷയമാക്കിയിട്ടില്ലായെങ്കിലും കുറെയൊക്കെ അങ്ങനെയുണ്ടാവും എന്നതു നിസ്തർക്കമാണ്. 2005 ലാവട്ടെ ആത്മഹത്യകളുടെ

എണ്ണം 302-ൽ നിന്നും ഉയർന്ന് 320 ആവുകയാണുണ്ടായത്. കാർഷിക മേഖലയുടെ തകർച്ചയിൽ ഫലപ്രദമായി ഇടപെടുവാൻ കഴിയാത്ത സർക്കാരിന്റെ നിസ്സംഗതയുടെയും ദേശസാൽകൃതബാങ്കുകൾ ഉൾപ്പെടെ യുള്ള സാമ്പത്തികരംഗത്തെ വൻകിടസ്ഥാപനങ്ങളുടെ വായ്പാനയ ങ്ങളുടെയും പ്രത്യാഘാതമാണിതെന്ന് പറയേണ്ടിയിരിക്കുന്നു. വയനാ ട്ടിലെ കർഷകരുടെ കൂട്ട ആത്മഹത്യകൾ ഉണ്ടായപ്പോൾ കർഷകരുടെ സംഘടനകൾ പ്രധാനമായും പഴിച്ചത് ബാങ്കുകളെയായിരുന്നു. പല ബാങ്കുകളും തകർക്കപ്പെടുകയും ജനരോഷത്തിനിരയാകുകയും ചെയ്തു. ഈ അവസരങ്ങളിലെല്ലാം രാഷ്ട്രീയനേതൃത്വം ഉപരിപ്ലവമായ പ്രസ്താവനയിറക്കുകയും ജനങ്ങളുടെ കണ്ണിൽ പൊടിയിടുവാനുള്ള സന്ദർശനങ്ങൾ നടത്തുകയും മാത്രമാണു ചെയ്തത്. കേരളത്തിന്റെ കാർഷികവ്യവസ്ഥ പുനരുദ്ധരിക്കണമെന്ന് എപ്പോഴും പ്രസ്താവന യിറക്കുന്ന രാഷ്ട്രീയക്കാരും ബുദ്ധിജീവികളും സാംസ്കാരിക പ്രവർത്തകരും വയനാട്ടിലെ ആത്മഹത്യകളെ കുറെക്കൂടി ഗൗരവമായി പഠിക്കേണ്ടതുണ്ട്.

കുട്ടികളും ആത്മഹത്യ ചെയ്യുന്നു!

മാതാപിതാക്കളുടെ സംരക്ഷണത്തിലും സ്കൂളിലെ സഹപാഠികളുടെ നിഷ്കളങ്കമായ സൗഹൃദം നുകർന്നും സന്തോഷത്തോടെ ചെലവഴിക്കുന്ന കുട്ടിക്കാലം ജീവിതത്തിലെ പൂക്കാലംതന്നെയാണ്. ജീവിതത്തിലെ ഏറ്റവും മനോഹരമായ വർഷങ്ങൾ തന്നെയാണ്. വിദ്വേഷവും പകയും നിരാശയും ദുഃഖവും മനസ്സിൽ ഘനീഭവിച്ച് നീറ്റലുണ്ടാക്കേണ്ട കാലഘട്ടമല്ല ഇത്. എങ്കിലും ഈ അവസ്ഥയിലും ആത്മഹത്യകൾ സംഭവിക്കുന്നുണ്ട്. 2005-ലെ കണക്കുകൾ പരിശോധിക്കുമ്പോൾ 14 വയസ്സിനു താഴെയുള്ള കുട്ടികളുടെ ആത്മഹത്യകൾ ഭാരതത്തിലെ ആകെ ആത്മഹത്യകളുടെ 2.2 ശതമാനമായിരുന്നു എന്നു കാണുന്നു.

1328 ആൺകുട്ടികളും 1227 പെൺകുട്ടികളും ആണ് ഈ പ്രായത്തിൽ ആത്മഹത്യ ചെയ്തത്. കേരളത്തിലെ സ്ഥിതി 46 ആൺകുട്ടികളും 50 പെൺകുട്ടികളും ആത്മഹത്യ ചെയ്തു എന്നതാണ്. 2006-ൽ ഇത്തരം സംഭവങ്ങളുടെ എണ്ണം 54 ആൺകുട്ടികളും 60 പെൺകുട്ടികളും എന്നതായിരുന്നു. ഭാരതത്തിൽ ആകമാനം ഇത്തരം കൗമാരപ്രായക്കാർ 2464 വ്യക്തികളാണ് ആ വർഷം ആത്മാഹൂതി ചെയ്തത്. ഇവരിൽ 1194 ആൺകുട്ടികളും 1270 പെൺകുട്ടികളുമായിരുന്നു. നിർഭാഗ്യവശാൽ കൗമാരപ്രായക്കാരുടെ ഇത്തരം ആത്മഹത്യകൾ എന്തുകൊണ്ട് ഉണ്ടാകുന്നു എന്നുള്ള യാതൊരു വിവരങ്ങളും ലഭ്യമാകുന്നില്ല. ഇതേപ്പറ്റി വിശദമായ പഠനങ്ങളും നടന്നിട്ടുണ്ടെന്നു തോന്നുന്നില്ല. ഈ വിലപ്പെട്ട ജീവനുകൾ കൊഴിഞ്ഞു വീണുകൊണ്ടിരിക്കുന്നത് പറഞ്ഞാൽ തീരാത്ത ഏതൊക്കെ വേദനകളാലും വ്യാധികളാലുമാണ് എന്ന് കണ്ടെത്തുവാൻ അപഗ്രഥിക്കുവാൻ അവയ്ക്കു പരിഹാരം കാണുവാൻ, അതിനുവേണ്ട കർമ്മപരിപാടികൾ ആവിഷ്കരിക്കുവാൻ ഒരു സാമൂഹികശാസ്ത്ര ഗവേഷണസ്ഥാനങ്ങൾക്കും സർവ്വകലാശാലകൾക്കും കഴിഞ്ഞില്ല. കോടാനുകോടിക്കണക്കിനു പണം ചെലവഴിക്കുന്ന സർക്കാർ സ്ഥാപനങ്ങളും അതിനു പ്രാധാന്യം കല്പിച്ചില്ല.

പഠനത്തിനു വിവരങ്ങൾപോലുമില്ല

ആത്മഹത്യ ചെയ്ത വ്യക്തികളെ അതിനു പ്രേരിപ്പിച്ച ഘടകങ്ങൾ എന്തൊക്കെയാണ് എന്നതിന്റെ അടിസ്ഥാനത്തിൽ തരംതിരിച്ചിട്ടുള്ള വിവരങ്ങൾ ഭാരതസർക്കാർ സ്ഥാപനമായ ദേശീയ ക്രൈം റെക്കോർഡ്സ് ബ്യൂറോ പ്രസിദ്ധീകരിക്കുന്നുണ്ട്. എന്നാൽ ആത്മഹത്യ ചെയ്ത വ്യക്തികളുടെ പ്രായമനുസരിച്ചുള്ള തരംതിരിവിൽ പ്രേരകഘടകങ്ങൾ ഏതൊക്കെയായിരുന്നു എന്ന വിവരങ്ങൾ ലഭ്യമല്ല. ഉദാഹരണത്തിന് 2005-ൽ ലഹരിപദാർത്ഥങ്ങളുടെ അമിതാസക്തിമൂലം അഥവാ അവയുടെ അമിതമായ ഉപയോഗംമൂലം 2032 വ്യക്തികൾ ആത്മഹത്യ

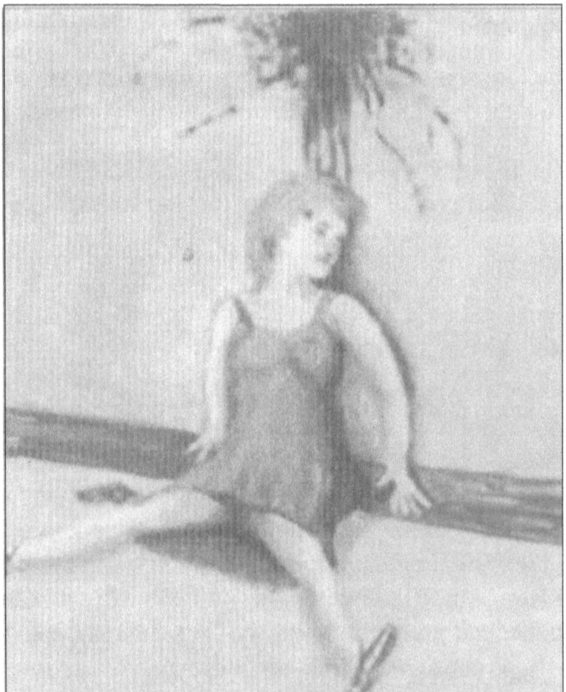

കേരളത്തിൽ കൗമാരക്കാരുടെ ആത്മഹത്യകൾ പരിശോധിക്കുമ്പോൾ തെളിഞ്ഞു വരുന്ന വസ്തുത അവയിൽ 60 ശതമാനവും പെൺകുട്ടികളാണ് എന്നതത്രേ. എന്നാൽ ആകെയുള്ള ആത്മഹത്യകളിൽ 30 ശതമാനത്തിൽ താഴെ മാത്രമാണ് സ്ത്രീപ്രാതിനിധ്യം എന്ന വസ്തുതതയും ഓർക്കുക. അപ്പോൾ ആകെ സ്ത്രീ ആത്മഹത്യകളിൽ സിംഹഭാഗവും പെൺകുട്ടികളുടേതാണ്.

ചെയ്തു എന്നുള്ള വിവരം ലഭ്യമാണ്. എന്നാൽ ഇവരുടെ പ്രായം 1-14,15-30,30-45 മുതലായ ഏതു വിഭാഗത്തിലുള്ളതായിരുന്നു എന്നോ ഇവരുടെ സാമൂഹിക-സാമ്പത്തിക പശ്ചാത്തലം എന്തായിരുന്നു എന്നോ ഉള്ള വിവരങ്ങൾ ലഭ്യമേയല്ല. ഇത് കുറ്റകരമായ അനാസ്ഥ തന്നെയാണ്.

ലഭ്യമായ വിവരങ്ങളിലൂടെ ശ്രമകരമായ തെരച്ചിൽ നടത്തിയപ്പോൾ കിട്ടിയത് കൗമാരപ്രായക്കാരെ സംബന്ധിച്ച് ഏറെ പ്രസക്തിയുള്ളതായി കരുതാവുന്ന രണ്ടു ഘടകങ്ങളാണ്-പരീക്ഷയിലെ പരാജയം, പ്രേമ ബന്ധത്തിൽ പരാജയം എന്നിവ. പരീക്ഷ എഴുതാനും പ്രേമിക്കാനും പ്രായപരിധി ഒന്നുമില്ല എന്ന് തർക്കത്തിനുവേണ്ടി പറയാമെങ്കിലും കൗമാരപ്രായക്കാർക്കും യുവജനങ്ങൾക്കുമാണ് മേൽപറഞ്ഞ രണ്ടു പ്രശ്നങ്ങൾ കൂടുതലും നേരിടേണ്ടിവരുന്നതെന്നുള്ളത് അവിതർക്കിത മാണല്ലോ. അങ്ങനെ വരുമ്പോൾ പരീക്ഷയിലെ പരാജയവും പ്രേമ ബന്ധത്തിലെ പരാജയവും മൂലം ആത്മഹത്യ ചെയ്യുന്നത് ബഹുഭൂരി പക്ഷവും കൗമാരപ്രായക്കാരും യുവജനങ്ങളുമാണ് എന്ന് അനുമാനി ക്കുന്നതിൽ തെറ്റുണ്ടാവില്ല. ഇത്തരം കാരണങ്ങളാൽ ആത്മഹത്യ ചെയ്ത വ്യക്തികളുടെ വിവരങ്ങൾ താഴെ ചേർക്കുന്നു.

ആത്മഹത്യയുടെ കാരണം	പുരുഷന്മാർ	സ്ത്രീകൾ	ആകെ
പരീക്ഷയിൽ പരാജയം	1280	1003	2283
പ്രേമബന്ധത്തിൽ പരാജയം	1826	1670	3496
ആകെ	3106	2673	5779

2005ലെ കൗമാര ആത്മഹത്യകൾ

കേരളത്തെ സംബന്ധിച്ച് ഇതേ ഇനത്തിൽ ഇതേ രീതിയിൽ ലഭിച്ച വിവരങ്ങൾ പ്രകാരം പരീക്ഷയിൽ പരാജയംമൂലം 38 പുരുഷന്മാരും 31 സ്ത്രീകളും ആത്മഹത്യ ചെയ്തു. പ്രേമബന്ധത്തിലെ പരാജയംമൂലം 37 പുരുഷന്മാരും 41 സ്ത്രീകളും ആത്മഹത്യ ചെയ്തു. 2006-ലെ വിവര ങ്ങൾ താഴെ ചേർക്കുന്നു. ഇത് ഭാരതത്തിലെ ആകമാനമുള്ള വിവരങ്ങ ളാണ്.

ആത്മഹത്യയുടെകാരണം	പുരുഷന്മാർ	സ്ത്രീകൾ	ആകെ
പരീക്ഷയിൽ പരാജയം	1335	1043	2378
പ്രേമബന്ധത്തിൽ പരാജയം	2195	1869	4064
ആകെ	3530	2912	6442

2006ലെ കൗമാര ആത്മഹത്യകൾ

2015-ൽ പരീക്ഷയിലെ പരാജയം മൂലം ഭാരതത്തിലാകെ 2604 ആത്മഹത്യകൾ നടന്നു. അവയിൽ പുരുഷന്മാർ1487ഉം സ്ത്രീകൾ 1117-ഉം ആയിരുന്നു. പ്രേമനൈരാശ്യം മൂലമാകട്ടെ ഉണ്ടായ സംഭവങ്ങൾ ആകെ 4401 ആയിരുന്നു. 2005-06 കാലയളവുമായി താരതമ്യപ്പെടുത്തുമ്പോൾ രണ്ടു വിഭാഗങ്ങളിലും എണ്ണത്തിൽ വളരെയേറെ വർദ്ധനവുണ്ടായിരിക്കുന്നു. പ്രതിസന്ധികളെ നേരിടുവാനുള്ള പക്വത യുവജനങ്ങൾക്കു കുറഞ്ഞുകൊണ്ടിരിക്കുകയാണോ?

കേരളത്തെ സംബന്ധിച്ചുള്ള വിവരങ്ങൾ ഇപ്രകാരമാണ് പരീക്ഷയിലെ പരാജയംമൂലം 22 പുരുഷന്മാരും 36 സ്ത്രീകളും ആത്മഹത്യ ചെയ്തു. പ്രേമബന്ധത്തിലെ പരാജയംമൂലം ആത്മഹത്യചെയ്തവരുടെ എണ്ണം 36 പുരുഷന്മാരും 34 സ്ത്രീകളുമായിരുന്നു.

കൊച്ചി നഗരത്തിൽ പ്രവർത്തിച്ചുവരുന്ന മൈത്രി കൗൺസിലിങ് കേന്ദ്രത്തിൽ 2004-ൽ സാന്ത്വനത്തിനായി ടെലിഫോണിൽ ബന്ധപ്പെട്ടവരുടെ വിവരങ്ങൾ പരിശോധിച്ചതിൽ 19 വയസ്സിനു താഴെയുള്ള 154 ആൺകുട്ടികളും 151 പെൺകുട്ടികളും ഉള്ളതായി വ്യക്തമാവുന്നു. അവരിൽ 144 ആൺകുട്ടികളും 151 പെൺകുട്ടികളും (മുഴുവനും) വിദ്യാഭ്യാസവും പഠനവും സംബന്ധിച്ച പ്രശ്നങ്ങൾക്കുവേണ്ടിയായിരുന്നുവത്രേ. മൈത്രിയുമായി ബന്ധപ്പെട്ടത്. 2003-ലാവട്ടെ ഇതേ കാര്യത്തിനായി 236 ആൺകുട്ടികളും 307 പെൺകുട്ടികളുമായിരുന്നു ടെലിഫോണിൽ വിളിച്ചു സംസാരിച്ചത്. ഇത് കൊച്ചിനഗരത്തിന്റേയും പ്രാന്തപ്രദേശങ്ങളുടെയും മാത്രം കാര്യമാണെന്ന് ചിന്തിക്കുക. കേരളത്തിൽ അതേപോലെ മറ്റു നിരവധി സൗഹൃദകേന്ദ്രങ്ങൾ ഉണ്ടായിരുന്നുവെങ്കിൽ അവിടെയും സമാനമായ പ്രശ്നങ്ങളുമായി ആൺകുട്ടികളും പെൺകുട്ടികളും ബന്ധപ്പെടുമായിരുന്നുവല്ലോ.

പ്രശ്നങ്ങളിൽ കുരുങ്ങുന്ന കൗമാരജീവിതം

2005-ലെ ജൂലൈമാസം വനിത ദ്വൈവാരികയിൽ വന്ന ഒരു ലേഖനത്തിൽ ആത്മഹത്യാശ്രമത്തിന് കേരളത്തിലെ ഗവൺമെന്റ് മെഡിക്കൽ കോളേജുകളിൽ പ്രവേശിപ്പിക്കുന്ന പെൺകുട്ടികളെപ്പറ്റി പറയുന്നുണ്ട്. പരാജയപ്പെട്ട പ്രണയബന്ധങ്ങൾ, വീടിനുള്ളിൽ നടക്കുന്ന ശാരീരികവും മാനസികവുമായ പീഡനങ്ങൾ, വിവാഹപൂർവ്വ ലൈംഗികബന്ധങ്ങൾ ഉണ്ടാക്കുന്ന മാനസികസംഘർഷങ്ങൾ മുതലായവയാണ് ഇവരുടെ പ്രധാനപ്രശ്നങ്ങൾ എന്നു വ്യക്തമാവുന്നുണ്ട്.

ലോകാരോഗ്യ സംഘടനയുടെ കണക്കുകൾ പ്രകാരം ഓരോ വർഷവും ആഗോളതലത്തിൽ ഉദ്ദേശ്യം എട്ടുലക്ഷം ആത്മഹത്യകൾ നടക്കുന്നുണ്ടത്രേ. ഭാരതത്തിൽ മാത്രം പ്രതിവർഷം 1,35,000-ത്തിൽ അധികം ആളുകൾ ആത്മഹത്യയിലൂടെ ജീവിതം അവസാനിപ്പിക്കുന്നു.

ഇത് ഔദ്യോഗികമായ കണക്കാണ്. ഒരുപക്ഷേ, ഇതിലും കൂടുതലായിരിക്കാം യഥാർത്ഥ സംഭവങ്ങളുടെ എണ്ണം. ദക്ഷിണേഷ്യൻ

രാജ്യങ്ങളിൽ ഏറ്റവും ഉയർന്ന ആത്മഹത്യാനിരക്ക് ഭാരതത്തിൽ തന്നെയാണ്. ഇങ്ങനെ ജീവിതം അവസാനിപ്പിക്കുന്നവരിൽ ഉദ്ദേശ്യം നാല്പതു ശതമാനം ചെറുപ്പക്കാരാണ്, 20നും 45നും ഇടയിൽ പ്രായമുള്ളവർ.

18 വയസ്സിനു താഴെയുള്ള കൗമാരക്കാരുടെ ആത്മഹത്യകൾ 2018ൽ മാത്രം 9431 ആയിരുന്നു. 4439 ആൺകുട്ടികളും 4992 പെൺകുട്ടികളും. (ക്രൈം ഇൻ ഇന്ത്യ എന്ന ഭാരത സർക്കാർ പ്രസിദ്ധീകരണം) പരീക്ഷയിൽ തോൽക്കുക, പ്രേമബന്ധത്തിൽ താളപ്പിഴകൾ വരുക ഇവയാണ് മിക്ക കൗമാര ആത്മഹത്യകളുടെയും കാരണമായി പറയുന്നത്. 2018ൽ കേരളത്തിൽ ഇത്തരം 71 സംഭവങ്ങളാണ് ഉണ്ടായത്.

ഒഴിവാക്കാവുന്ന ആത്മഹത്യകൾ

2004 ജൂലൈ 22നാണ് അടൂരിലെ എൻജിനീയറിംഗ് വിദ്യാർത്ഥിനി ആയിരുന്ന രജനി എസ്. ആനന്ദ്, എൻട്രൻസ് പരീക്ഷാ കമ്മീഷണറുടെ ഓഫീസിന്റെ ആറാം നിലയിൽനിന്നു താഴേക്ക് ചാടി ആത്മഹത്യ ചെയ്തത്. ഫീസ് കൊടുക്കാൻ കഴിയാതെ കോളേജിൽനിന്നും പുറത്തായി. വിദ്യാഭ്യാസ ലോൺ നൽകുവാൻ ദേശസാൽകൃത ബാങ്ക് അധികൃതർ തയ്യാറായില്ല. അങ്ങനെ ജീവിതം വഴിമുട്ടിയപ്പോഴാണ് 'ഞാനിതാ പോകുന്നു' എന്ന് നോട്ടുബുക്കിൽ കുറിച്ചുവെച്ച് അവൾ ചാടിയത്. പിന്നെയും ഇത്തരം സംഭവങ്ങൾ പലതും ഉണ്ടായി. 2017 ജനുവരിയിൽ ജിഷ്ണു പ്രണോയ് എന്ന എൻജിനീയറിംഗ് കോളേജ് വിദ്യാർത്ഥി തൃശൂരിൽ ആത്മഹത്യ ചെയ്തതും കോളേജ് അധികാരികളുടെ ഉപദ്രവം മൂലമാണ് എന്ന് അന്വേഷണത്തിൽ കണ്ടെത്തി. 2019 നവംബറിൽ പ്രശസ്തമായ മദ്രാസ് ഐഐടിയിലും ഒരു വിദ്യാർത്ഥിനിയുടെ ആത്മഹത്യ നടന്നു, കൊല്ലം സ്വദേശിനിയായ ഫാത്തിമയുടെ. കുറെ പ്രക്ഷോഭം ഉണ്ടായി. പക്ഷേ, അധികാരികൾക്ക് ഒന്നും സംഭവിച്ചില്ല.

കോവിഡുകാലത്തെ മാനസിക പിരിമുറുക്കം

ഇപ്പോൾ, കൊറോണ വൈറസ് മൂലം, വിദ്യാഭ്യാസ സ്ഥാപനങ്ങൾ അടഞ്ഞു കിടക്കുന്നു. ലോക്ക്ഡൗൺ മൂലം, ഈ വർഷത്തെ ക്ലാസുകൾ എന്നു തുടങ്ങുമെന്ന് ആർക്കും പറയാനാവില്ലാത്ത അവസ്ഥ. ഈ അനിശ്ചിതാവസ്ഥ വിദ്യാർത്ഥികളെ മാനസികമായി തളർത്തിയതായി തോന്നുന്നു. കേരളത്തിൽ മാർച്ച് 25നു ശേഷം, 66 കുട്ടികൾ ആത്മഹത്യ ചെയ്തതായി ബഹു. മുഖ്യമന്ത്രി തന്നെ വെളിപ്പെടുത്തുകയുണ്ടായി. ഓൺലൈൻ ക്ലാസിൽ പങ്കെടുക്കുവാൻ വീട്ടിൽ കംപ്യൂട്ടർ സൗകര്യം ഇല്ലാത്തതുമൂലം മനസ്സിടിഞ്ഞ് ഒരു ഒൻപതാം ക്ലാസ് വിദ്യാർത്ഥിനി ജീവനൊടുക്കുകയുണ്ടായി. ഏതാനും ദിവസം മുമ്പാണ്, റഷ്യയിൽ എം.ബി.ബി.എസ്. പഠനം നടത്തുന്ന ഒരു വിദ്യാർത്ഥിനി നാട്ടിലെത്തി താമസിയാതെ ആത്മഹത്യ ചെയ്തത്. ഇത്തരം സംഭവങ്ങളെപ്പറ്റി സമഗ്രമായി അന്വേഷണം നടത്തുവാൻ, ശ്രീലേഖ ഐപിഎസിന്റെ നേതൃത്വത്തിൽ

ഒരു സമിതിയെ നിയമിച്ചതായി മുഖ്യമന്ത്രി അറിയിച്ചു. അത് വളരെ നല്ല ഒരു തീരുമാനം തന്നെയാണ്. ഈ വിഷയത്തിലേക്ക് ആഴമായ പഠനം ഉണ്ടാകട്ടെ.

ഇന്റർനെറ്റ്, മൊബൈൽ: ശത്രുവോ, മിത്രമോ?

ഇതുവരെ പറഞ്ഞു വന്നത്, വിദ്യാഭ്യാസത്തിൽ നേരിടുന്ന ചില പ്രശ്നങ്ങൾ മൂലം ജീവിതം അവസാനിപ്പിച്ചവരെപ്പറ്റിയാണ്. എന്നാൽ മറ്റു ചില ഗുരുതരമായ പ്രശ്നങ്ങളും വിദ്യാർത്ഥികളും കൗമാരക്കാരും ഇപ്പോൾ അഭിമുഖീകരിക്കുന്നുണ്ട്. കമ്പ്യൂട്ടറും ഇന്റർനെറ്റും മൊബൈൽ ഫോണുമായി ബന്ധപ്പെട്ടതാണ് ഈ പ്രശ്നങ്ങൾ അധികവും. മൊബൈൽ ഫോണിൽ ഇന്റർനെറ്റ് സൗകര്യം ലഭ്യമാണ്. ക്യാമറയും ഉണ്ട്. ഇതിലൂടെ അപരിചിതരുമായി ചാറ്റിംഗ് തുടങ്ങിയേക്കാം. പെൺകുട്ടികളുമായി സൗഹൃദം സ്ഥാപിക്കുവാൻ കിണഞ്ഞു പരിശ്രമിക്കുന്ന ധാരാളം പുരുഷന്മാരുണ്ട് നമ്മുടെ സമൂഹത്തിൽ. മിസ്ഡ് കോളിലൂടെ പരസ്പരം പരിചയപ്പെട്ട്, അധികം കഴിയുന്നതിനു മുമ്പേ ശൃംഗാരത്തിലേക്കു കടക്കുന്ന സംഭാഷണം അപകടമാണെന്ന് പല പെൺകുട്ടികളും തിരിച്ചറിയുന്നില്ല. ഒരുപക്ഷേ വ്യാജമായ പ്രൊഫൈൽ ആയിരിക്കാം. ഇത്തരം 'ശൃംഗാരവേലന്മാർ' ഉപയോഗിക്കുന്നത്. ആദ്യം സംസാരം, പിന്നീട് കൂടിക്കാഴ്ചയ്ക്കുള്ള ക്ഷണം. ഒരു ത്രില്ല് തോന്നിയേക്കാവുന്ന പെൺകുട്ടികൾ നേരിട്ട് കാണുവാനും ഒരുപക്ഷേ ഒന്നിച്ചുള്ള യാത്രയ്ക്കും സമ്മതം നൽകിയേക്കാം. എന്നാൽ ഏതു തരം ചതിക്കുഴിയിലേക്കാണ് താൻ നടക്കുന്നതെന്ന് അറിയാനിടയില്ല. സ്വന്തം ജീവിതവും കുടുംബത്തിന്റെ സ്വസ്ഥതയും നഷ്ടപ്പെട്ടുപോകാൻ ഇത്തരം അപകടമായ പ്രേമബന്ധങ്ങൾ ഇടയാക്കാറുണ്ട്. കാമുകനോടുള്ള ആരാധനയിൽ നഗ്നചിത്രങ്ങൾ കൈമാറുന്ന സംഭവങ്ങളും കുറവല്ല. 'പോയ ബുദ്ധി ആന പിടിച്ചാലും തിരികെ കിട്ടുമോ?'

കളി എന്ന കെണി

ഇന്റർനെറ്റിലൂടെയുള്ള 'ഗെയിംസ്' ആണ് മറ്റൊരു അപകടമേഖല. ഈയിടെ കോട്ടയത്തിനു സമീപം താഴത്തങ്ങാടിയിലെ ഇരട്ട കൊലപാതകം നടത്തിയ മൊഹമ്മദ് ബിലാൽ, രാത്രിയുടെ യാമങ്ങളിൽ ഉറങ്ങാതെ ഇന്റർനെറ്റിലെ ഗെയിംസ് കളിക്കുന്നതിൽ ആനന്ദം കണ്ടെത്തുന്നയാളാണത്രെ. 2018 ജനുവരിയിൽ തിരുവനന്തപുരം സിറ്റിയിൽ മാതാപിതാക്കൾ ഉൾപ്പടെ നാലുപേരെ ക്രൂരമായി കൊലപ്പെടുത്തിയ കേഡൽ ജിൻസൺ രാജ് എന്ന യുവാവ് പഠനകാര്യത്തിൽ താത്പര്യം കാട്ടാതെ, സാത്താൻ സേവ, ആസ്ട്രൽ പ്രൊജക്ഷൻ എന്ന മാന്ത്രികവിദ്യ മുതലായവയിൽ ആകൃഷ്ടനായി ഇന്റർനെറ്റിലെ 'നിരോധിത' മേഖലകളിലൂടെ സഞ്ചരിക്കുന്ന ഒരു വ്യക്തിയായിരുന്നു. ഇയാളുടെ മാതാപിതാക്കൾ ഇതൊന്നും അറിഞ്ഞതേയില്ല. ഒടുവിൽ ദുരന്തം സംഭവിച്ചു. അടുത്ത

കാലത്തായി 'പബ്ജി' എന്ന ഇന്റർനെറ്റ് ഗെയിം ധാരാളം യുവജനങ്ങളെ ആകർഷിക്കുന്നു. ഏതു വിധേനയും പണം കണ്ടെത്തി കളി തുടരുവാൻ പ്രേരിപ്പിക്കുന്ന ഗെയിംമാസ്റ്റർ പ്രയോജനകരമായ യാതൊരു പ്രവത്തിക്കും കൊള്ളാത്തവരായി യുവാക്കളെ മാനസികമായ അടിമത്തത്തിലേക്കു നയിക്കുകയാണ്. 'ബ്ലൂ വെയിൽ' അഥവാ നീലത്തിമിംഗലം എന്ന മാരകമായ ഇന്റർനെറ്റ് ഗെയിം ലോകത്താകമാനം അത്യാഹിതങ്ങൾ ഒരു വിഷവിത്ത് പോലെ വിതച്ചു. റഷ്യയിൽ ആരംഭിച്ച ഈ ഗെയിം കളിക്കുന്നവരെ പല ദുരന്തങ്ങളിലേക്കും നയിക്കുകയും ഒടുവിൽ ആത്മഹത്യ ചെയ്യുവാൻ പ്രേരിപ്പിക്കുകയും ചെയ്യുന്നു. പല രാജ്യങ്ങളും ഈ ഗെയിം നിരോധിച്ചു കഴിഞ്ഞു. ഇതുപോലെ തന്നെയാണ് 'മോമൊ ചലഞ്ച്' എന്നറിയപ്പെടുന്ന മറ്റൊരു നിഗൂഢമായ കളിയും. ഇത്തരം ഗെയിമുകളിൽ അജ്ഞാതനായ ഒരു വ്യക്തിയുടെ ആജ്ഞകൾ പ്രകാരം ഇരയായ വ്യക്തി പ്രവർത്തിക്കേണ്ടി വരുന്നു. ഒടുവിൽ ഇത് ആത്മഹത്യയിൽ അവസാനിക്കുന്നു. സാത്താനികമായ ചില ശക്തികൾ ഇത്തരം ഗെയിമുകൾക്കു പിന്നിൽ ഒളിഞ്ഞിരിക്കുന്നതായി കരുതപ്പെടുന്നു.

അശ്ലീലത്തിലേക്ക് വാതിൽ തുറന്നു തരുന്ന 'ചാറ്റിംഗ്' ധാരാളമാണ്. അതിനു പ്രായഭേദമൊന്നുമില്ല. എങ്കിൽ കൂടി, കൗമാരക്കാർക്ക് ഇത്തരം ചതിക്കുഴികൾ കണ്ട് ഒഴിഞ്ഞുപോകുവാൻ കഴിയാതെ വന്നേക്കാം. ഇവരുടെ പിടിയിൽ പെട്ടാൽ, 'ധനനഷ്ടവും മാനഹാനിയും' ഉറപ്പാണ്. ഒരുപക്ഷേ, ബ്ലാക്മെയിൽ മൂലം ജീവൻ തന്നെ അപകടത്തിലായേക്കാം.

ഓൺലൈൻ ക്ലാസുകൾ പോരാ

സ്കൂൾ, കോളേജ്, ജീവിതവും, അത് നൽകുന്ന സൗഹൃദങ്ങളും ഒരിക്കലും ഓൺലൈൻ ക്ലാസുകൾക്ക് നൽകാനാവില്ല. വിദ്യാലയങ്ങൾ അടഞ്ഞുകിടക്കുന്ന ഈ അവസരം മുതലാക്കുവാൻ ചില 'ആപ്പുകൾ' പ്രചരിപ്പിക്കുവാൻ സൂപ്പർതാരങ്ങൾ തന്നെ ഇറങ്ങിയിട്ടുണ്ട്. 'ദീപസ്തംഭം മഹാശ്ചര്യം, നമുക്കും കിട്ടണം പണം' എന്നുള്ളതാണ് ഇവരുടെ തത്ത്വശാസ്ത്രം. സമപ്രായക്കാരൊന്നിച്ചുള്ള പഠനവും സാമൂഹികബന്ധങ്ങളും കളിക്കളങ്ങളും ഒത്തുചേരലും ഒന്നും വേണ്ട, ഓൺലൈൻ പഠനം ബഹുകേമം, എന്നുള്ള സന്ദേശം നല്ലതാണെന്നു തോന്നുന്നില്ല.

മനുഷ്യൻ സാമൂഹിക ജീവിയാണ്, കംപ്യൂട്ടറിന് അടിമയാകേണ്ടവനല്ല, എന്നു പറഞ്ഞു കൊടുക്കുവാനും സൂപ്പർസ്റ്റാറുകൾ ഉണ്ടാവണം. അല്ലാത്തപക്ഷം, സമൂഹത്തിൽ, എങ്ങനെ ജീവിക്കണം, എങ്ങനെ പെരുമാറണം എന്നുള്ള നല്ല പാഠങ്ങൾ നമ്മുടെ കൗമാരക്കാർ മറന്നുപോകുവാൻ സാദ്ധ്യതയുണ്ട്. സ്കൂൾ, കോളേജ് തലങ്ങളിൽ ദൈവത്തിന്റെ പേരുപോലും പറയാൻ കഴിയാത്ത ഇന്നത്തെ സെക്കുലർ വിദ്യാഭ്യാസ രീതിയിൽ, കുട്ടികളെ 'ശരിയും തെറ്റും' ആര് പഠിപ്പിക്കും?

എല്ലാം 'ആപേക്ഷികമാണെന്നു' പറയുന്നവർ മാത്രമേ 'ബുദ്ധി ജീവികൾ' ആവുകയുള്ളൂവെങ്കിൽ, വളർന്നു വരുന്ന തലമുറ ആരിൽ നിന്നാണ് ശരിയും തെറ്റും പഠിക്കുക? അപകടകരമായ ഒരു ശൂന്യത ധാർമ്മികതയുടെ മേഖലയിൽ ഉണ്ടാവുകയാണോ? മാതാപിതാക്കൾക്കും വിദ്യാഭ്യാസ മേഖലയിലെ വിദഗ്ധർക്കും ഈ അവസ്ഥയ്ക്ക് മാറ്റും ഉണ്ടാകുവാൻ വേണ്ട നടപടികൾ എടുക്കുവാൻ സാധിക്കട്ടെ എന്ന് പ്രത്യാശിക്കുന്നു.

വിദ്യാഭ്യാസം കഴിഞ്ഞാൽ ജോലി എന്താണ്, എപ്പോഴാണ് ലഭിക്കുക എന്നതായിരുന്നു ഒരു തലമുറയ്ക്കുമുമ്പ് വിദ്യാർത്ഥികളുടെ മനസ്സിലെ പിരിമുറക്കത്തിനു കാരണമായിരുന്നതെങ്കിൽ ഇന്ന് പാസ്സാകുന്നതിനു മുമ്പുതന്നെ ജോലി വാഗ്ദാനം ചെയ്തുകൊണ്ട് ക്യാമ്പസ് റിക്രൂട്ട്മെന്റുകൾ നടക്കുകയാണല്ലോ. എങ്കിലും വിദ്യാഭ്യാസം തുടങ്ങുമ്പോഴേ മാതാപിതാക്കൾ കുഞ്ഞുങ്ങൾക്കു മാനസികസമ്മർദ്ദം നൽകിത്തുടങ്ങുന്നു. നഴ്സറി ക്ലാസ്സുമുതലേ റാങ്കു കിട്ടണം. "എന്റെ മോൻ ക്ലാസ്സിൽ ഫസ്റ്റാ". "എന്റെ മോൾ സിനിമാറ്റിക് ഡാൻസിനു ബഹുകേമിയാ" എന്നൊക്കെ പല സദസ്സുകളിലും വീമ്പിളക്കി ദുരഭിമാനത്താൽ വിജൃംഭിതരാകുന്ന മാതാപിതാക്കൾക്ക് തങ്ങളുടെ കുട്ടികൾ കാണിക്കുന്ന ചെറിയ പിഴവുകൾപോലും പ്രായത്തിനു സഹജമായവ സഹിക്കുവാനാവില്ല.

ക്ലാസ്സിൽ ഒന്നാം സ്ഥാനം കിട്ടാത്തവരൊക്കെ ജീവിതത്തിൽ പരാജയപ്പെട്ടുപോകുമെന്ന തെറ്റായ സന്ദേശമല്ലേ ഇവർ കുട്ടികൾക്കു നൽകുന്നത്. ആ സന്ദേശം ഏറ്റുവാങ്ങുന്ന കുട്ടികളാകട്ടെ, ജയിക്കാൻ എന്തു മാർഗ്ഗവും സ്വീകരിക്കാൻ തയ്യാറാകുന്നു. കോപ്പിയടിച്ചോ കോഴ കൊടുത്തോ എങ്ങനെയും ഉദ്ദേശിക്കുന്ന കാര്യം നേടുന്നതിൽ തെറ്റില്ല എന്നവർ കരുതിയേക്കും. പഠനത്തിൽ അല്പമെങ്കിലും പിന്നോക്കം പോയാൽ നിരാശയും പരാജയഭീതിയും ഉണ്ടായേക്കാം. സാങ്കേതിക വിദ്യാഭ്യാസസ്ഥാപനങ്ങളിൽ സെമസ്റ്റർ സിസ്റ്റം, ഇന്റേർണൽ അസസ്സ്മെന്റ് മുതലായവ പലപ്പോഴും വിദ്യാർത്ഥികൾക്ക് പീഢനത്തിന്റെ വഴിയാകുന്നുണ്ട്.

കൊല്ലം ജില്ലയിലെ പ്രശസ്തമായ ഒരു എൻജിനീയറിങ്ങ് കോളജിലെ വിദ്യാർത്ഥികളെ ഇന്റേണൽ അസ്സസ്മെന്റിന്റെ മാർഗ്ഗം ഉപയോഗിച്ച് പല വർഷങ്ങളായി തോല്പിച്ചു നിർവൃതിയടഞ്ഞുകൊണ്ടിരുന്ന അദ്ധ്യാപകർക്കെതിരെ യൂണിവേഴ്സിറ്റിയിലും ഹൈക്കോടതിയിലുമൊക്കെ അടുത്തകാലത്ത് പരാതികൾ ഉന്നയിക്കപ്പെട്ടതും ചില അദ്ധ്യാപകരെയൊക്കെ കൃത്യവിലോപത്തിന്റെ പേരിൽ അച്ചടക്ക നടപടിക്കു വിധേയരാക്കിയതും ഒരു വസ്തുതയാണ്. മറ്റു പല സ്ഥാപനങ്ങളിലും ഇത്തരം സംഭവങ്ങൾ നടക്കുന്നുമുണ്ട്. ഇവയ്ക്കെതിരെ ശബ്ദിക്കുവാൻ വിദ്യാർത്ഥികൾ/വിദ്യാർത്ഥിനികൾ ധൈര്യപ്പെടുകയില്ല. റാഗിങ്ങിന്റെ പേരിൽ നടക്കുന്ന പേക്കൂത്തുകളും മൊബൈൽഫോൺ ഉപയോഗിച്ചു

നടത്തുന്ന ദുരുപയോഗവും സമകാലീനസമൂഹത്തിൽ ഏറിവരികയാണ്. ഈ സാഹചര്യങ്ങളെല്ലാം പഠനകാലത്തെ സംഘർഷഭരിതമാക്കുന്നു. ഇവയൊന്നും തന്നെ മാതാപിതാക്കളോടോ മുതിർന്ന ബന്ധുക്കളോടെ പങ്കുവെയ്ക്കുവാനാവാത്തവയാണുതാനും.

കൗമാര ആത്മഹത്യ-രണ്ടു അനുഭവങ്ങൾ

തിരുവനന്തപുരം എൻജിനീയറിങ്ങ് കോളജിൽ പഠിച്ചുകൊണ്ടിരുന്ന ഒരു വിദ്യാർത്ഥിയുടെ കാര്യം എടുക്കാം. പഠനത്തിൽ അതിസമർത്ഥനായിരുന്നു. കാഴ്ചയ്ക്കു സുമുഖനും ക്യാമ്പസ് റിക്രൂട്ട്മെന്റിൽ നല്ലൊരു കമ്പനിയിൽ ഉദ്യോഗവും ലഭിച്ചു. ഇനി ശേഷിച്ചിരുന്നത് അവസാനവർഷത്തെ പരീക്ഷകൾ മാത്രം. അടുത്തയിടെയായി ഇയാളെ ഏതോ മാനസികവ്യഥ അലട്ടുന്നതായി കൂട്ടുകാർ ശ്രദ്ധിച്ചിരുന്നു. എന്നാൽ അത് എന്താണെന്ന് ആരോടെങ്കിലും പറയുവാൻ ഈ വ്യക്തി കൂട്ടാക്കിയില്ല. സംഭവദിവസം പരീക്ഷതുടങ്ങി അരമണിക്കൂർമാത്രം ആയപ്പോൾ പെട്ടെന്ന് അയാൾ പരീക്ഷാഹാളിൽ നിന്നും ഇറങ്ങിപ്പോയി. താമസസ്ഥലത്തു ചെന്ന് ആദ്യം കൈത്തണ്ടയിലെ ഞരമ്പ് മുറിക്കുവാൻ തുടങ്ങി. ഒരുപക്ഷേ, രക്തപ്രവാഹവും വേദനയുംമൂലം അതു മതിയാക്കി താമസിച്ചിരുന്ന മുറിയിൽ തന്നെ തൂങ്ങിമരിക്കുകയുണ്ടായി. മാതാപിതാക്കൾ, സഹപാഠികൾ, അദ്ധ്യാപകർ എല്ലാവർക്കും അവിശ്വസനീയമായിരുന്നു ഈ മരണം. ഒരിക്കലും തുറക്കാതിരുന്ന ആ യുവമനസ്സിന്റെ ഉള്ളറകളിൽ എന്തായിരുന്നു അവനെ അസ്വസ്ഥനാക്കിയ ഹേതു? ആരോടും പങ്കുവെയ്ക്കാതിരുന്ന ആ നൈരാശ്യം ഇന്നും അജ്ഞാതമാണ്. പങ്കുവെയ്ക്കുമ്പോൾ മഞ്ഞുരുകുന്നതുപോലെ ഉരുകിത്തീരുമായിരുന്ന എന്തോ ഒന്നായിരുന്നു അത്. കാരണം അവന്റെ ജീവിതത്തിൽ പരിഹരിക്കുവാൻ കഴിയാത്തതായി ഒരു പ്രശ്നവുമില്ലായിരുന്നു. ആരോടും പങ്കുവെയ്ക്കാതിരുന്നപ്പോൾ, ആരോടും സഹായം ചോദിക്കാതിരുന്നപ്പോൾ ആ കരിങ്കൽക്കഷണം എടുത്താൽ പൊങ്ങാത്ത വൻപാറയായി അവനു തോന്നിയിരിക്കാം.

ആലുവായ്ക്ക് സമീപമുള്ള മറ്റൊരു വിദ്യാഭ്യാസസ്ഥാപനത്തിൽ പഠിച്ചിരുന്ന ഒരു പെൺകുട്ടിയുടെ ജീവിതത്തിലുണ്ടായ ഒരു പ്രതിസന്ധിയും ഇവിടെ വിശകലനം ചെയ്യേണ്ടതാണ്. ഒരു സഹപാഠിയോട് അയാൾക്കു നേരിയ ഇഷ്ടം തോന്നി. ആ വ്യക്തിയാകട്ടെ അതു ദുരുപയോഗം ചെയ്യുവാൻ ഒരുമ്പെട്ടു. തെറ്റായ കാര്യമെന്നു ബോദ്ധ്യമുള്ളതു ചെയ്യാൻ പാടില്ല എന്നുള്ള പരിശീലനം ലഭിച്ചിരുന്ന ആ പെൺകുട്ടി കൂട്ടുകാരന്റെ പ്രലോഭനത്തിനു വഴങ്ങിയില്ല. അയാളാകട്ടെ അവളുടെ ഫോട്ടോ ഉപയോഗിച്ച് നഗ്നചിത്രം രൂപപ്പെടുത്തി. ആ കോളജില കമ്പ്യൂട്ടർ സിസ്റ്റത്തിലൂടെ പ്രസിദ്ധീകരിച്ചു. ഏതൊരു പെൺകുട്ടിയും മാനസികമായി തകർന്നുപോവുന്ന ഒരു അവസ്ഥയായിരുന്നു അത്. ക്ലാസ്സിൽ പോകാനാവാതെ ഹോസ്റ്റൽ വിട്ട് സ്വന്തം വീട്ടിലേക്കവൾ മടങ്ങി.

മ്ലാനവദനയായി തന്റെ മുറിയിൽത്തന്നെ കഴിഞ്ഞുകൂടിയ അവൾ ചില ദിവസങ്ങൾ കഴിഞ്ഞപ്പോൾ ഉണ്ടായ സംഭവങ്ങൾ അമ്മയോടു പറഞ്ഞു. കുടുംബാംഗങ്ങൾ അവൾക്കു ധൈര്യവും ആശ്വാസവും നൽകി. പൊലീസ് അവളുടെ പരാതി സ്വീകരിച്ചു. അശ്ലീലത്തിന്റെ ഉറവിടം കണ്ടെത്തി. കോളജ് അധികാരികൾ ഈ കൊടുംക്രൂരത ചെയ്ത വിദ്യാർത്ഥിയെ കോളജിൽ നിന്നും പുറത്താക്കി. അവന്റെ പണപെട്ടിയും രാഷ്ട്രീയസ്വാധീനവും അവനെ രക്ഷിച്ചില്ല. സംഭവപരമ്പരകളുടെ സത്യാവസ്ഥ തിരിച്ചറിഞ്ഞ സഹപാഠികൾ അവളെ സഹർഷം തങ്ങളുടെ മദ്ധ്യത്തിലേക്കു സ്വീകരിച്ചു. അവളുടെ ജീവിതത്തെ അന്ധകാരാവൃതമാക്കുമാറ് ഉരുണ്ടുകൂടിയ കാർമേഘങ്ങൾ സ്നേഹത്തിന്റേയും സൗഹൃദത്തിന്റേയും ഇടപെടുലുകളുടെ കിഴക്കൻകാറ്റിൽ പറന്നകന്നുപോയി.

ഈ സംഭവം തരുന്ന പാഠമിതാണ്. കുട്ടികൾക്കും യുവാക്കൾക്കും മുതിർന്നവരെപ്പോലെതന്നെ ഏതു സമയവും ജീവിതത്തിൽ പ്രശ്നങ്ങൾ ഉണ്ടാകാം. അവരെ ആരും അവഗണിക്കാതിരിക്കട്ടെ. അവർക്കു മനസ്സു തുറക്കുവാനായി വേദികൾ ഉണ്ടാകട്ടെ. നമ്മൾ മുതിർന്ന തലമുറ മുൻവിധികളും മുൻധാരണകളും മാറ്റി അവരെ കേൾക്കാനും മനസ്സിലാക്കാനും ശ്രമിക്കണം. അവരുടെമേൽ അനാവശ്യമായ സംഘർഷങ്ങൾ മുതിർന്നവർ അടിച്ചേല്പിക്കാതിരിക്കട്ടെ. എങ്കിൽ കൗമാരപ്രായക്കാരുടെ ആത്മഹത്യകൾ ഗണ്യമായി കുറയും.

ആത്മഹത്യ - സമീപകാല പ്രവണതകൾ

മൂന്നു ജില്ലകളിലെ കഥകൾ

1996–99 കാലയളവിലെ 504 ആത്മഹത്യകൾ സംബന്ധിച്ചുള്ള അപഗ്രഥനം അഞ്ചാം അദ്ധ്യായത്തിൽ വായിച്ചുവല്ലോ. രണ്ടാം ഭാഗമായി 2004 വർഷത്തെ തെരഞ്ഞെടുത്ത 105 സംഭവങ്ങളുടെ വിശദമായ പഠനം നടത്തുകയുണ്ടായി 2001 മുതൽ 2004 വരെയുള്ള നാല് വർഷങ്ങളിൽ കേരളത്തിലെ വിവിധ ജില്ലകളിലുണ്ടായ ആത്മഹത്യകളെ സംബന്ധിച്ചുള്ള വിശദവിവരങ്ങൾ അനുബന്ധം 5-ൽ ചേർത്തിട്ടുണ്ട്. സംക്ഷിപ്ത വിവരം താഴെ ചേർക്കുന്നു.

വർഷം	ആത്മഹത്യകളുടെ എണ്ണം
2000	9304
2001	9572
2002	9810
2003	9438
2004	9053
2005	9244
2006	9026
2007	8962
2008	8569

കേരളത്തിലെ ആത്മഹത്യകൾ 2001–2008

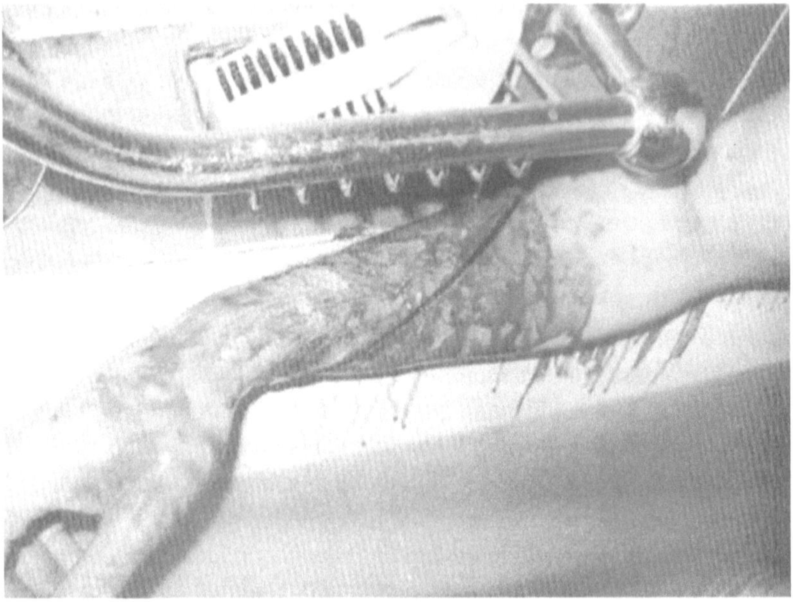

ആത്മഹത്യ ചെയ്യുന്നവരിൽ എഴുപതു ശതമാനത്തിൽ കൂടുതലും പുരുഷന്മാരാണ്. മുപ്പതു ശതമാനത്തിൽ താഴെയാണ് സ്ത്രീകൾ. എന്നാൽ ആത്മഹത്യ ചെയ്യുന്ന വൃദ്ധജനങ്ങളിൽ സ്ത്രീപുരുഷാനുപാതം തുല്യമാണ്.

ഈ പഠനം നടത്തിയ വേളയിൽ (2005-06) ലഭ്യമായ വിവരങ്ങൾ പ്രകാരം 2004 വരെയുള്ള കണക്കുകളാണ് ദേശീയ ക്രൈം റെക്കാർഡ്സ് ബ്യൂറോ പ്രസിദ്ധീകരിച്ചിരുന്നത്. 2005-ലെ വിവരങ്ങൾ പ്രസിദ്ധീകരിച്ചിരുന്നില്ല. അതുകൊണ്ടാണ് 2004-ലെ സംഭവങ്ങൾ പഠനവിഷയമാക്കിയത്. കേരളത്തിലെ 14 ജില്ലകളിൽ നിന്നും മൂന്ന് ജില്ലകളെ പ്രത്യേക പഠനത്തിനായി തെരഞ്ഞെടുത്തു. അതിനുള്ള കാരണങ്ങൾ താഴെപ്പറയുന്നു.

1. ജനസംഖ്യയിൽ ഏറ്റവും മുന്നിലും ആത്മഹത്യാനിരക്കിൽ ഏറ്റവും പിന്നിലും ഉള്ളത് മലപ്പുറം ജില്ലയാണ്.
2. എണ്ണത്തിൽ ഏറ്റവുമധികം ആത്മഹത്യകൾ ഉണ്ടാവുന്നത് തിരുവനന്തപുരം ജില്ലയിലാണ്.
3. ജനസംഖ്യയിലും ആത്മഹത്യാനിരക്കിലും മദ്ധ്യമസ്ഥാനത്തു നിൽക്കുന്നത് കോട്ടയം ജില്ലയാണ്. എന്നാൽ സാക്ഷരതയിൽ കോട്ടയം ജില്ലയാണ് ഏറ്റവും മുന്നിൽ 95.8 ശതമാനമാണ് ജില്ലയുടെ സാക്ഷരത.

ഭൂമിശാസ്ത്രപരമായും ഈ മൂന്നു ജില്ലകൾ കേരളത്തിന്റെ മൂന്നു ഭൂവിഭാഗങ്ങളെ പ്രതിനിധാനം ചെയ്യുന്നു. മതവിശ്വാസത്തിന്റെ അടിസ്ഥാനത്തിലും ഈ മൂന്നു ജില്ലകൾക്കും പ്രത്യേകതയുണ്ട്. കേരളത്തിൽ

ഇസ്ലാം മതവിശ്വാസികൾ ഭൂരിപക്ഷമുള്ള ഒരേ ഒരു ജില്ലയാണ് മലപ്പുറം (68.5 ശതമാനം) ക്രൈസ്തവർ ഏറ്റവുമധികം കാണപ്പെടുന്നത് കോട്ടയം ജില്ലയിലാണെങ്കിൽ (44.6 ശതമാനം) ഹിന്ദുമതവിശ്വാസികൾ ഏറ്റവും കൂടുതലായി അധിവസിക്കുന്ന ജില്ലയാണ് (22.02 ലക്ഷം) തിരുവനന്ത പുരം.

ഈ മൂന്നു ജില്ലകളിൽ 2004 വർഷത്തിൽ ആകെ ഉണ്ടായ 2120 ആത്മ ഹത്യകളുടെ അഞ്ച് ശതമാനമായ 105 എന്ന സംഖ്യയിൽ വിശദപഠന ത്തിനായുള്ള സംഭവങ്ങളുടെ സാമ്പിൾ ശാസ്ത്രീയമായ റാൻഡം നമ്പർ രീതിപ്രകാരം തെരഞ്ഞെടുത്തു. 51 എണ്ണം തിരുവനന്തപുരം ജില്ലയിൽ നിന്നും 27 വീതം മലപ്പുറം. കോട്ടയം എന്നീ ജില്ലകളിൽ നിന്നുമാണ് തെരഞ്ഞെടുത്തത്. വ്യക്തികളുടെ മേൽവിലാസം മുതലായ പ്രാഥമികവി വരങ്ങൾ അതതു ജില്ലാ പൊലീസ് സൂപ്രണ്ടിന്റെ കീഴിൽ പ്രവർത്തി ക്കുന്ന ജില്ലാ ക്രൈം റിക്കാർഡ്സ് ബ്യൂറോയിൽ നിന്നും ശേഖരിച്ചശേഷം വിശദമായ പഠനത്തിനായി 30 ഇനം വിവിധവിവരങ്ങൾ ശേഖരിക്കുവാ നായി വിവരശേഖരണപട്ടിക (ഇന്റർവ്യൂഷെഡ്യൂൾ) തയ്യാറാക്കി.

മരിച്ചതിലേറെയും ചെറുപ്പക്കാർ

105-ൽ 61 സംഭവങ്ങളും രാത്രിയുടെ നിശ്ശബ്ദയാമങ്ങളിലാണ് അര ങ്ങേറിയത് (58.1 ശതമാനം) എന്നത് മുൻ അദ്ധ്യായത്തിൽ ചേർത്തിട്ടുള്ള വിവരങ്ങളുടെ വിശ്വാസ്യതയുടെ സ്ഥിരീകരണമായിത്തീരുന്നു. ആത്മ ഹത്യചെയ്ത വ്യക്തികൾ 55.3 ശതമാനം 15-നും 45-നും ഇടയ്ക്കു മാത്രം. പ്രായമുള്ള കർമ്മശേഷിയും ആരോഗ്യത്തിലും ഏറ്റവും മെച്ചപ്പെട്ട ജീവിതത്തിന്റെ സുവർണ്ണകാലഘട്ടത്തിൽപ്പെട്ടവരായിരുന്നു. എന്തു കൊണ്ടോ ഇവർക്ക് ജീവിതം നഷ്ടവസന്തത്തിൻ തപ്തനിശ്വാസങ്ങൾ മാത്രമായിരിക്കാം സമ്മാനിച്ചത്. 45-നും 60-നും ഇടയ്ക്കു പ്രായമു ള്ളവരെത്തേടി ചേർത്താൽ ജീവൻ വെടിഞ്ഞവരിൽ 78.2 ശതമാനമായി. 60 കഴിഞ്ഞ അനുഭവസമ്പന്നരാകട്ടെ 20 ശതമാനമായിരുന്നു. ഏകാന്ത തയുടെ അപാരതീരത്തിരുന്ന് അവർ ജീവിതസാഗരത്തിലെ കടത്തു കാരന്റെ തോണിയെത്തുംമുമ്പേ നീന്തിക്കടക്കുവാൻ വെമ്പൽ കൊണ്ട വർ. 15 വയസ്സിൽ താഴെയുള്ള ബാലകർ കേവലം രണ്ട് മാത്രമായിരുന്നു എന്നത് ആശ്വാസകരംതന്നെ.

സ്ത്രീആത്മഹത്യകൾ കുറവ്

ഇനി ഈ കണക്കുകളിലെ സ്ത്രീപുരുഷവ്യത്യാസം പരിശോധിക്കാം. ആകെയുള്ള 105 വ്യക്തികളിൽ 72 പുരുഷന്മാരും 33 സ്ത്രീകളും ആയി രുന്നു. 30-നും 60-നും ഇടയ്ക്കുള്ള ആകെ 58 വ്യക്തികളിൽ 45 പേരും പുരുഷന്മാരായിരുന്നു. 83.3 ശതമാനം. ഇത് ജീവിതയുദ്ധത്തിൽ മുറിവു കളേല്ക്കുന്നതും രുധിരാംബരധാരികളാകുന്നതും പുരുഷന്മാരാണേറെ

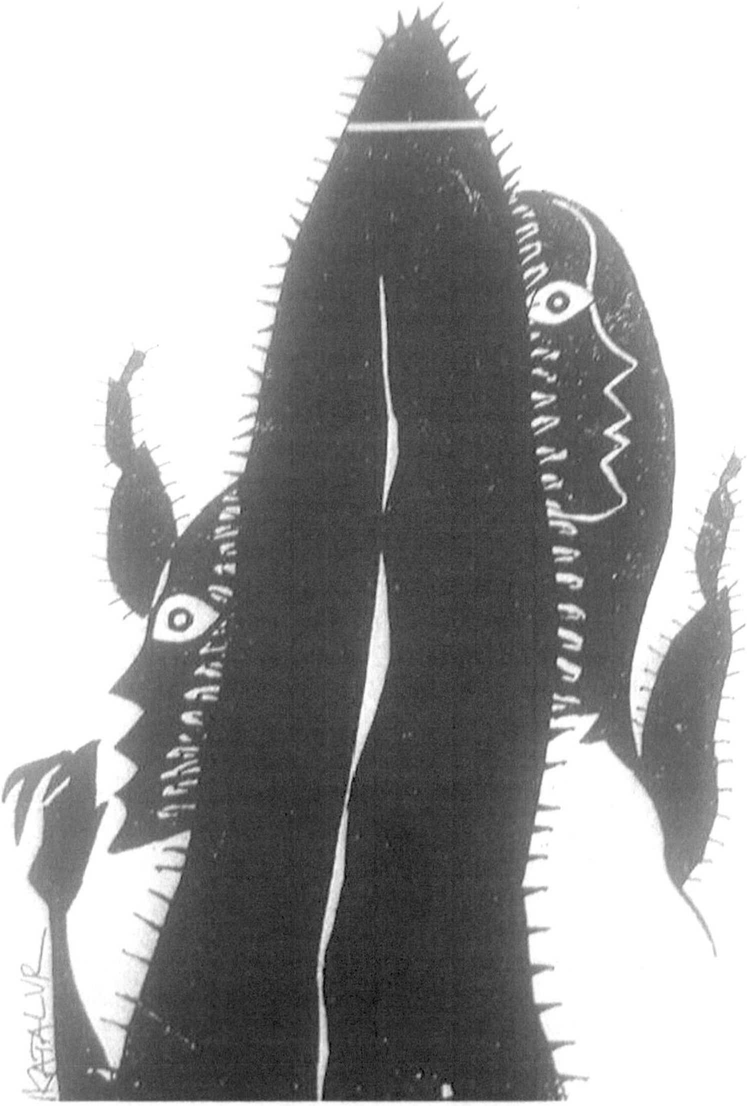

സ്ത്രീകളുടെ ആത്മഹത്യകൾ പരിശോധിക്കുമ്പോൾ ആകെ മരണം വരിച്ച സ്ത്രീകളിൽ വീട്ടമ്മമാരായിരുന്നവർ 57 ശതമാനത്തോളം വരുന്നു. ഇതിൽ 25 ശതമാനം 'കുടുംബത്തിലെ അസ്വസ്ഥതകൾ' മൂലമായിരുന്നുതാനും. ഇതിൽനിന്നും വ്യക്തമാവുന്നത് വീട്ടമ്മമാരുടെ മാനസിക സംഘർഷം, അവരെ അലട്ടുന്ന പ്രശ്നങ്ങൾ മുതലായവ സംബന്ധിച്ച് പരിഹാരം കാണുന്നതിനായി നമ്മുടെ സംസ്ഥാനത്തും കൂടുതൽ ശ്രദ്ധ പതിപ്പിക്കേണ്ടതായിട്ടുണ്ടെന്നാണ്.

എന്നതിനാലാവണം. അറുപതുവയസ്സുകഴിഞ്ഞ് വിശ്രാന്തിയിലായാൽ ആണും പെണ്ണും കേരളത്തിൽ ഒരുപോലെ തുല്യദുഃഖിതർ ആണെന്നു തോന്നുന്നു. ആകെയുള്ള 21 വ്യക്തികളിൽ 11 പുരുഷന്മാരും 10 സ്ത്രീകളും.

2004 ൽ ഭാരതമൊട്ടാകെയുള്ള കണക്കുകൾ പരിശോധിക്കുമ്പോൾ ആകെ ആത്മഹത്യ ചെയ്ത വ്യക്തികൾ 113697 (ആക്സിഡന്റൽ ഡെത്ത്സ് ആന്റ് സൂയിസൈഡ്സ് ഇൻ ഇന്ത്യ 2004 (NCRB) അതിൽ പുരുഷന്മാർ 72651, സ്ത്രീകൾ 41046 എന്നിങ്ങനെയാണ്. അതായത് യഥാക്രമം 63.9 ശതമാനവും 36.1 ശതമാനവും 30-നും 60-നും ഇടയ്ക്കു പ്രായമുള്ളവരുടെ എണ്ണം ആകെ 61436 അതിൽ പുരുഷന്മാർ 42915 സ്ത്രീകൾ 18520 അതായത് യഥാക്രമം 69.9 ശതമാനവും 30.1 ശതമാനവും. കേരള സംസ്ഥാനത്താണെങ്കിൽ ആകെയുണ്ടായ 9053 സംഭവങ്ങളിൽ പുരുഷന്മാരുടെ എണ്ണം 6508 ഉം സ്ത്രീകളുടേത് 2455-ഉം ആയിരുന്നു. യഥാക്രമം 72.9 ശതമാനവും 27.1 ശതമാനവും 30-നും 60-നും ഇടയ്ക്കു പ്രായമുള്ളവർ ആകെ 5367 വ്യക്തികൾ 4177 പുരുഷന്മാരും 1100 സ്ത്രീകളും പുരുഷന്മാർ 77.8 ശതമാനവും സ്ത്രീകൾ 22.2 ശതമാനവും ആയിരുന്നു എന്ന് വ്യക്തമാണ്. ആത്മഹത്യാ നിരക്കിന്റെ കാര്യത്തിലും വ്യക്തമായ ഭിന്നത സ്ത്രീപുരുഷന്മാരുടെ കാര്യത്തിൽ പ്രകടമാണ്. 2004-ൽ പുരുഷന്മാരുടെ ആത്മഹത്യാനിരക്ക് 42.6 ആയിരുന്നുവെങ്കിൽ സ്ത്രീകളുടേത് വെറും 15.0 മാത്രമായിരുന്നു. 2005-ലാകട്ടെ കേരളത്തിൽ ആകെ 6830 പുരുഷന്മാരും 2414 സ്ത്രീകളുമാണ് ആത്മഹത്യചെയ്തത്. പുരുഷന്മാരുടെ ആത്മഹത്യാനിരക്ക് 44.1 ആയിരുന്നു. സ്ത്രീകളുടേത് 14.7 ആയിരുന്നു. സ്ത്രീപുരുഷന്മാരുടെ എണ്ണം 2001 ജനസംഖ്യാകണക്കുപ്രകാരമാണ്.) ഏതു വിധത്തിൽ നോക്കിയാലും ഭാരതത്തിന്റെ പൊതുസ്ഥിതിയുമായി താരതമ്യപ്പെടുത്തുമ്പോൾ കേരളത്തിൽ സ്ത്രീകൾ കൂടുതൽ സംരക്ഷിതരും സുരക്ഷിതരുമാണെന്നു വിലയിരുത്തുന്നതിൽ തെറ്റില്ല. കേരളത്തിന്റെ ഈ നന്മയെയോർത്ത് അഭിമാനിക്കാം. സന്തോഷിക്കാം. കാരണം,

'യത്ര നാര്യസ്തു പൂജ്യന്തേ
രമന്തേ തത്ര ദേവതാ'

എന്നാണല്ലോ സ്മൃതിയുടെ ഋഷിയായ മനു പറഞ്ഞുവെച്ചിട്ടുള്ളത്. അതായത് എവിടെയാണോ സ്ത്രീ പൂജിക്കപ്പെടുന്നത്. അവിടെയൊക്കെ ദേവന്മാർ സന്തോഷിക്കുന്നുവത്രേ.

വീട്ടമ്മമാരുടെ ആത്മഹത്യകൾ

തൊഴിലിന്റെ അടിസ്ഥാനത്തിൽ തരംതിരിച്ചപ്പോൾ 43.8 ശതമാനം കൂലിപ്പണിക്കാരും 19 ശതമാനം തൊഴിൽരഹിതരുമാണെന്നു കണ്ടു. മാസശമ്പളക്കാർ 6.7 ശതമാനവും ഔദ്യോഗികരംഗത്തുനിന്നും വിരമിച്ച്

വിശ്രമജീവിതം നയിക്കുന്നവർ 2.9 ശതമാനവുമായിരുന്നു. പഠനവിധേയ മാക്കിയ 105 സംഭവങ്ങളിൽ 18 വ്യക്തികളിൽ വീട്ടമ്മമാരായിരുന്നു. അതായത് 17.1 ശതമാനം വിദ്യാർത്ഥികൾ ആകെ മൂന്ന് പേർ ഉണ്ടായിരുന്നു. ഭാരതത്തിന്റെ ആകമാനമുള്ള വിവരങ്ങൾ പരിശോധിച്ചപ്പോൾ 19.96 ശതമാനം വീട്ടമ്മമാരായിരുന്നു എന്നും അവരുടെ എണ്ണം 23170 ആയിരുന്നു എന്നും രേഖകൾകൊണ്ടു കാണുന്നു. ആകെ ആത്മഹത്യ ചെയ്ത സ്ത്രീകൾ 41046 ആയിരുന്നു. വീട്ടമ്മമാരുടെ ശതമാനം ഇതിന്റെ 56.45 ശതമാനമായിരുന്നു. കേരളത്തിന്റെ അവസ്ഥ നോക്കുമ്പോൾ, ആകെ ആത്മഹത്യചെയ്ത 2455 സ്ത്രീകളിൽ (2004-ൽ) വീട്ടമ്മമാർ 1513 ആയിരുന്നു. അതായത് 61.63 ശതമാനം. ഇതിൽ നിന്നും വ്യക്തമാവുന്നത് വീട്ടമ്മമാരുടെ മാനസികസംഘർഷം, അവരെ അലട്ടുന്ന പ്രശ്നങ്ങൾ മുതലായവ സംബന്ധിച്ച് പരിഹാരം കാണുന്നതിനായി നമ്മുടെ സംസ്ഥാനത്തും കൂടുതൽ ശ്രദ്ധ പതിപ്പിക്കേണ്ടതായിട്ടുണ്ടെന്നാണ്. ആത്മഹത്യയ്ക്കുള്ള കാരണങ്ങൾ പരിശോധിച്ചപ്പോൾ 24.5 ശതമാനവും കുടുംബത്തിലെ അസ്വസ്ഥതകൾ മൂലമായിരുന്നു എന്നുള്ള കണ്ടെത്തലും ഇക്കാര്യത്തിൽ സത്വരശ്രദ്ധ പതിയേണ്ടതിലേക്കു വിരൽ ചൂണ്ടുന്നു.

മരിച്ചവരുടെ കുടുംബവും മതവും

പഠനത്തിനു വിധേയമാക്കിയ 105 വ്യക്തികളിൽ 85 പേരും സ്കൂൾ തലം വരെ മാത്രം വിദ്യാഭ്യാസമുള്ളവരായിരുന്നു. 11 വ്യക്തികൾ നിരക്ഷരരുമായിരുന്നു. 43.8 ശതമാനം വ്യക്തികൾക്കും സാമ്പത്തിക ബുദ്ധിമുട്ടുള്ളവരായിരുന്നു (46 പേർ). എന്നാൽ 40 വ്യക്തികൾ, അതായത് 38.1 ശതമാനം സാമ്പത്തികസ്ഥിതി 'നല്ലതെന്ന്' അഭിപ്രായപ്പെട്ടവരാണ്. മറ്റ് ഒമ്പത് വ്യക്തികളുടെ സാമ്പത്തികസ്ഥിതി 'ശരാശരി' യായിരുന്നു. സാമ്പത്തിക ബുദ്ധിമുട്ടുകൾ മാത്രമാണ് മനുഷ്യരുടെ ആത്മഹത്യയ്ക്കു കാരണമാകുന്നത് എന്നു കരുതേണ്ടതില്ല. കാരണം മറ്റു വൈകാരിക പ്രശ്നങ്ങൾ, കുടുംബവഴക്കുകൾ, ഗുരുതരരോഗങ്ങൾ ഇവയൊക്കെ ആത്മഹത്യയ്ക്കു കാരണമാകുന്ന ജീവിതഘടകങ്ങളാണെന്ന് ഈ പഠനത്തിൽ തന്നെ അന്യത്ര പ്രസ്താവിച്ചിട്ടുള്ളതാണല്ലോ.

ശ്രദ്ധേയമായ മറ്റൊരു കണ്ടെത്തൽ 91 വ്യക്തികളും അണുകുടുംബങ്ങൾ അഥവാ ന്യൂക്ലിയർ ഫാമിലികളിൽ നിന്നുള്ളവരായിരുന്നു എന്നതാണ്. നിർഭാഗ്യവശാൽ താരതമ്യപഠനത്തിന് ഉതകുന്നവിധം ഈ കാര്യത്തിൽ രാജ്യത്തിന്റെയും കേരള സംസ്ഥാനത്തിന്റെയും ആകമാനമുള്ള വിവരങ്ങൾ ശേഖരിക്കപ്പെടുന്നില്ല. അതുകൊണ്ടു പഠനത്തിനു ലഭ്യമാകുന്നുമില്ല.

പഠനവിധേയമാക്കിയ 105 വ്യക്തികളിൽ 20 പേർ ഗുരുതരസ്വഭാവമുള്ള രോഗങ്ങൾ ബാധിച്ചവരും മറ്റ് എട്ടു പേർ അത്രമേൽ ഗുരുതരമല്ലാത്ത രോഗങ്ങൾക്ക് ചികിത്സ ചെയ്യുന്നവരുമായിരുന്നു. ആറു വ്യക്തികൾക്ക്

വാർദ്ധക്യസഹജമായ രോഗബാധകൾ ഉള്ളവരായി കണ്ടു. 70 വ്യക്തികൾ പൂർണ്ണ ആരോഗ്യവാന്മാരായിരുന്നു.

ഈ അദ്ധ്യായത്തിന്റെ തുടക്കത്തിൽ പഠനം നടത്തിയ മൂന്നു ജില്ലകളുടെ മതവിശ്വാസത്തിലുള്ള പ്രത്യേകതകളെപ്പറ്റി പറഞ്ഞിരുന്നുവല്ലോ. പഠനത്തിൽ വ്യക്തമാവുന്ന ഇതു സംബന്ധിച്ചുള്ള വിവരം താഴെ ചേർത്തിരിക്കുന്നു.

മതവിശ്വാസം	എത്ര വ്യക്തികൾ	ശതമാനം	ജനസംഖ്യയിലെ ശതമാനം
ഹിന്ദു	81	77.1	56.16
മുസ്ലിം	9	8.6	24.69
ക്രിസ്ത്യൻ	15	14.3	19.03

ആത്മഹത്യ ചെയ്ത വ്യക്തികളുടെ മതവിശ്വാസം

മതവിശ്വാസവും ആത്മഹത്യാപ്രവണതയും

ഈ പഠനത്തിൽ തെളിഞ്ഞുവന്നിട്ടുള്ള മറ്റൊരു ശ്രദ്ധേയമായ സംഗതി. മതവിശ്വാസവും ആത്മഹത്യാപ്രവണതയും തമ്മിലുള്ള സവിശേഷമായ ബന്ധമാണ്. മതവിരുദ്ധരും മതേതര ചിന്താഗതിക്കാരും എത്ര തന്നെ എതിർത്താലും മതവിശ്വാസമെന്നത് മാനവസംസ്കാരത്തിലെ ഒരു പ്രധാന ചാലകശക്തിയും സ്വാധീനമേഖലയുമാണ്. മറ്റു വിപ്ലവപ്രസ്ഥാനങ്ങളുടെയും പ്രത്യയശാസ്ത്രങ്ങളുടെയും പേരിൽ ചോരപ്പുഴകൾ ഒഴുക്കിയതുപോലെതന്നെ മതവിശ്വാസത്തിലെ ഭിന്നതകളുടെ പേരിലും കലാപങ്ങളും നരഹത്യകളും ഉണ്ടായിട്ടുണ്ട് എന്നതു സത്യമാണെങ്കിലും മതവിശ്വാസത്തിന്റെ യഥാർത്ഥ അന്തസ്സത്ത ഉൾക്കൊള്ളാത്ത പടനായകന്മാരാണ് ഇത്തരം കൊടുംക്രൂരതകൾ ചെയ്തിട്ടുള്ളതെന്നു നിഷ്പക്ഷമായി പരിശോധിച്ചാൽ ആർക്കും ബോദ്ധ്യപ്പെടുന്നതാണ്.

'മതം മനുഷ്യനെ മയക്കുന്ന കറുപ്പാണെ' ന്നു പരിഹസിച്ച കാറൽമാർക്സ്തന്നെ മതം ഹൃദയമില്ലാത്ത ലോകത്തിന്റെ ഹൃദയമാണെന്നും പ്രസ്താവിച്ചിരിക്കുന്നു. മതമില്ലാത്ത ജീവിതം കപ്പിത്താനില്ലാത്ത കപ്പലിനു സമാനമാണെന്ന് മഹാത്മാഗാന്ധി പറഞ്ഞിരുന്നതും ഇവിടെ സ്മരണീയമാണ്. 19-ാം നൂറ്റാണ്ടിലെ യൂറോപ്പിന്റെ സാമ്പത്തികപുരോഗതിക്ക് ക്രൈസ്തവ തത്ത്വചിന്തകർ നൽകിയ അദ്ധ്വാനശീലത്തിന്റെ തത്ത്വശാസ്ത്രം വളരെയേറെ നിർണ്ണായകമായ പങ്കുവഹിച്ചതായി ജർമ്മൻ സാമൂഹികശാസ്ത്രജ്ഞനായ മാക്സ്വെബർ അഭിപ്രായപ്പെടുന്നു. മനുഷ്യർ പരസ്പരം നന്മ ചെയ്തു ജീവിക്കുവാൻ മതവിശ്വാസം അത്യാവശ്യമാണെന്നു സുപ്രസിദ്ധ അമേരിക്കൻ ശാസ്ത്രജ്ഞനും ഭരണതന്ത്രജ്ഞനും ഗ്രന്ഥകർത്താവുമായിരുന്ന ബെഞ്ചമിൻ ഫ്രാങ്ക്ളിൻ അഭിപ്രായപെട്ടിരുന്നു. പണം, വിപണി, സുഖലോലുപത

(leisure) എന്നിവയിൽ കേന്ദ്രീകരിച്ച് നിലനിൽക്കുന്ന ഇന്നത്തെ ജീവിത സംസ്കാരപശ്ചാത്തലത്തിൽ ഴാങ്പോൾ സാർത്രെ ചൂണ്ടിക്കാട്ടിയതു പോലെ വ്യക്തികൾ സ്വാതന്ത്ര്യത്തിന്റെ നിസ്സഹായത അനുഭവിക്കുന്ന വരാണ്. തന്മയും തിന്മയും തെരഞ്ഞെടുക്കുവാൻ ജീവിതത്തിന്റെ സത്യസൗന്ദര്യങ്ങളിലേക്ക് ഓരോ മനുഷ്യനെയും നയിക്കാവുന്ന ഈ തെരഞ്ഞെടുപ്പ് അവധാനതയോടെ നടത്തുവാൻ മനുഷ്യനെ സഹായി ക്കുന്ന ഘടകങ്ങളിൽ സുപ്രധാനമായത് മതങ്ങൾ പഠിപ്പിക്കുന്ന ധർമ്മ ബോധവും ഈശ്വരവിശ്വാസവുമാണ്. പ്രപഞ്ചസംവിധാനത്തിന് ഒരു സ്രഷ്ടാവും നിയന്താവും ഉണ്ടെന്നും അവിടുന്ന് നന്മതിന്മകളുടെ വിധികർത്താവാണെന്നുമുള്ള ഉറച്ച വിശ്വാസമാണ് എല്ലാ മതങ്ങളു ടെയും പ്രത്യയശാസ്ത്രപരമായ അടിത്തറ. ഈ വിശ്വാസം മുറുകെപ്പി ടിക്കുന്നവർക്ക് പരുപരുത്ത ജീവിതയാഥാർത്ഥ്യങ്ങളെ നേരിടുവാൻ കൂടുതൽ ആത്മവിശ്വാസവും അതിജീവനശക്തിയും ലഭിക്കുന്നുവെന്നു മേല്പറഞ്ഞ സാമൂഹികശാസ്ത്രജ്ഞരുടെ നിരീക്ഷണങ്ങൾ തെളിയി ക്കുന്നു.

ഇസ്ലാമിന്റെ തീക്ഷ്ണമായ മതവിശ്വാസവും സമുദായത്തിന്റെ കെട്ടു റപ്പും ആയിരിക്കണം ആ സമുദായത്തിൽ ആത്മഹത്യകൾ തുലോം കുറ വായിരിക്കുവാനുള്ള കാരണം. ക്രൈസ്തവരുടെയിടയിലും ജനസംഖ്യാ നുപാതികമായി ആത്മഹത്യകൾ കുറവാണ്. സാമൂഹികസേവന രംഗത്തും വിദ്യാഭ്യാസമേഖലയിലും ജീവകാരുണ്യപ്രവർത്തനങ്ങളിലും ആരോഗ്യപരിപാലനരംഗത്തും മതപരമായ നിഷ്ഠകളിലും മറ്റുള്ള സവിശേഷശ്രദ്ധ ക്രൈസ്തവരുടെയിടയിൽ ആത്മഹത്യാപ്രവണതയെ നിയന്ത്രിക്കുന്നുണ്ടാവണം. ജനസംഖ്യയിൽ ഭൂരിപക്ഷമായ ഹൈന്ദവ സമുദായത്തിന് ഇത്തരത്തിലുള്ള മതപരമായ സംഘടനാപ്രവർത്തന ത്തിന്റെ അഭാവത്താലാകാം അവരുടെയിടയിൽ ആത്മഹത്യാനിരക്ക് ജന സംഖ്യാനുപാതികമായി നോക്കിയാൽ ഉയർന്നിരിക്കുന്നത്. ആത്മഹത്യ ചെയ്ത വ്യക്തികളുടെ മതവിശ്വാസം എന്ന മുൻപട്ടികയിൽ നൽകിയി ട്ടുള്ള വിവരങ്ങൾ ഇതോടു ചേർത്തുവായിക്കേണ്ടതാണ്.

പത്രമാദ്ധ്യമങ്ങളിലും ദൃശ്യമാദ്ധ്യമങ്ങളിലും ചർച്ചകളിലുമൊക്കെ നൽകിവരുന്ന ചിത്രം മതവിശ്വാസം തകർന്നു. ദൈവസങ്കല്പം പുതു തലമുറ വെടിയുന്നു എന്നും മറ്റുമാണല്ലോ. ഒരുപക്ഷേ, നഗരകേന്ദ്ര ങ്ങളിലെ ഏതെങ്കിലും സർവ്വകലാശാലയിൽ തിരക്കിട്ടു നടത്തുന്ന ഏതെ ങ്കിലും സാമ്പിൾ സർവ്വേയിൽ ഇത്തരം കണ്ടെത്തലുകൾ ഉണ്ടായെന്നും വരാം. എന്നാൽ ഒരു കുമ്പിൾ വെള്ളമെടുത്താൽ സമുദ്രമാവാത്തതു പോലെതന്നെ ഇത്തരം ധൃതിപിടിച്ച നിഗമനങ്ങൾക്കും ശാസ്ത്രീയമായ അടിസ്ഥാനമല്ല എന്നു പറയേണ്ടിയിരിക്കുന്നു. അതുകൊണ്ട് മതവിശ്വാ സത്തെയും ധാർമ്മികതയെയും എഴുതിത്തള്ളാൻ ധൃതികൊള്ളേണ്ട തില്ല.

മരണവും കലാവാസനയും

പ്രത്യേകം ശ്രദ്ധിക്കപ്പെടേണ്ട ഒരു കണ്ടെത്തൽ പഠനവിധേയമാക്കിയവരിൽ തൊണ്ണൂറ്റിയഞ്ച് ശതമാനം വ്യക്തികളും കലാപരമായ ഏതെങ്കിലും കഴിവുകളോ കലാവാസനയോ ഇല്ലാത്തവരും അതുപോലെതന്നെ യാതൊരു വിധമായ വിനോദങ്ങളിലും ഏർപ്പെടാത്തവരുമായിരുന്നു എന്നതാണ്. വിനോദങ്ങൾ എന്നുവെച്ചാൽ സംഗീതം, പൂന്തോട്ടപരിപാലനം, വളർത്തുമൃഗങ്ങൾ, പക്ഷികൾ എന്നിവയെ സംരക്ഷിക്കുക മുതലായ ഹോബികൾ ഉൾപ്പെടുത്തിയിരുന്നു. അല്ലാതെ കായികവിനോദങ്ങളല്ല ഉദ്ദേശിച്ചിട്ടുള്ളത്. അനാകർഷകവും ആവർത്തനവിരസത നിറഞ്ഞതുമായ ദിനരാത്രങ്ങളുടെ ആലസ്യമകറ്റുവാൻ മനുഷ്യർ കലാകായിക വിനോദങ്ങളെയും ജന്മസിദ്ധമായ വാസനകളെയും പരിപോഷിപ്പിക്കാറുണ്ടല്ലോ. അതുപോലെതന്നെ മറ്റു മനുഷ്യരിൽ നിന്നുമുണ്ടാകുന്ന തിക്താനുഭവങ്ങൾ മറക്കുവാനും ഏകാന്തതയകറ്റുവാനുമാണല്ലോ വളർത്തുമൃഗങ്ങളേയും പക്ഷികളെയുമൊക്കെ പരിപാലിക്കുകയും ഉദ്യാനത്തിൽ വർണ്ണപ്രപഞ്ചം വിരിയിക്കുവാൻ പരിശ്രമിക്കുകയുമൊക്കെ ചെയ്യുന്നത്. ഈവക കാര്യങ്ങളൊക്കെ ഒഴിവാക്കി തന്റേതുതന്നെ. മാത്രമായ പലവിധ പ്രശ്നങ്ങളുടെ ലോഹക്കൂട്ടിനുള്ളിൽ സ്വയം അടച്ചുപൂട്ടി ഉരുകിക്കഴിയുന്നവരാണ് ഏറെയും ആത്മഹത്യാപ്രലോഭനത്തിനു വഴങ്ങിക്കൊടുക്കുന്നതെന്നു കാണുന്നു.

മദ്യം എന്ന വില്ലൻ

മറ്റൊരു പ്രധാന കണ്ടെത്തൽ ആത്മഹത്യയും ആൾക്കഹോളും തമ്മിലുള്ള ബന്ധമാണ്. ചാരായത്തിന്റെ ആളോഹരി ഉപഭോഗ ക്കണക്കുകൾ പ്രകാരം കേരളത്തിലാണ് മദ്യപാനം ഏറ്റവും ഉയർന്നു നിൽക്കുന്നതെന്ന് വിവിധ പത്ര റിപ്പോർട്ടുകൾ വ്യക്തമാക്കുന്നു. 1995 നവംബർ 1 മുതൽ കേരളത്തിൽ ചാരായത്തിന്റെ നിർമ്മാണവും വിതരണവും നിയമംമൂലം നിരോധിച്ചുവെങ്കിലും വിദേശ മദ്യത്തിന്റെ വിതരണശൃംഖല അതിവേഗം വളർന്നു. കേരള സർക്കാരിനു മൂലധനനിക്ഷേപവും നിയന്ത്രണവുമുള്ള കേരള

സംസ്ഥാന വിദേശമദ്യവിപണന കോർപ്പറേഷന്റെയും കേരള സംസ്ഥാന സിവിൽസപ്ലൈസ് കോർപ്പറേഷന്റെയും വിപണനകേന്ദ്രങ്ങൾ വഴി നാടൻ വിദേശമദ്യം സുലഭമാണ്. അനധികൃതമായി അതിർത്തി കടന്നുവരുന്ന ചാരായവും വേറെ. ആകെക്കൂടി, പണ്ടേതോ രസികൻ പറഞ്ഞതുപോലെ കേരളത്തിൽ കുടിവെള്ളത്തിനു ക്ഷാമമുണ്ടായിട്ടുണ്ടെങ്കിലും മദ്യത്തിന് ഒരിക്കലും ക്ഷാമമുണ്ടായിട്ടില്ല.

പഠനവിധേയരാക്കിയ 105 വ്യക്തികളിൽ പുരുഷന്മാർ 72-ഉം സ്ത്രീകൾ 33-ഉം ആണ്. 72 പുരുഷന്മാരിൽ 41 ആൾ ദിവസേന അല്ലെങ്കിൽ പതിവായി മദ്യപിക്കുന്നവരാണ് (36.9 ശതമാനം) 18 ആൾ വല്ലപ്പോഴും മദ്യപിക്കുന്നവർ. 33 സ്ത്രീകളിൽ രണ്ടുപേർമാത്രമേ ദിവസേന അല്ലെങ്കിൽ പതിവായി മദ്യപിക്കുന്നവരുള്ളൂ. 31 പേരും ഒരിക്കലും മദ്യ പിക്കാത്തവരത്രേ. ഈ വിഭാഗത്തിൽപ്പെടുന്ന 12 പുരുഷന്മാരുമുണ്ട്. മൂന്നാം അദ്ധ്യായത്തിൽ പഠനവിധേയമാക്കിയ 304 സംഭവങ്ങളിൽ 78 വ്യക്തികൾ അഥവാ 16 ശതമാനം മദ്യാസക്തിയുള്ളവരായിരുന്നു. ദിവസേനയോ പതിവായിട്ടോ വല്ലപ്പോഴുമാണോ മദ്യപിക്കുന്നതെന്ന ചോദ്യം ആ പഠനത്തിൽ ഉൾപ്പെടുത്താൻ കഴിയുമായിരുന്നില്ല. കോട്ടയം മെഡിക്കൽ കോളജിലെ ആത്മഹത്യാ ക്ലിനിക്കിൽ പഠനവിധേയരാക്കിയ 300 വ്യക്തികളിൽ 50 ശതമാനവും മദ്യപിക്കുന്നവരായിരുന്നു വെന്നു കണ്ടെത്തിയത് പ്രസക്തമാണ്. 500 പേരിൽ 261 പുരുഷന്മാരും 239 സ്ത്രീകളുമായിരുന്നു. സ്ത്രീകളിൽ ബഹുഭൂരിപക്ഷവും മദ്യപിക്കാറില്ല എന്ന് ഈ ഗവേഷണപഠനത്തിൽതന്നെ വ്യക്തമായിട്ടുണ്ട് അപ്പോൾ 500 വ്യക്തികളിലെ 50 ശതമാനം എന്നത് പുരുഷന്മാരുടെ കാര്യം വരുമ്പോൾ മദ്യപിക്കുന്നവരുടെ എണ്ണം വളരെ ഉയർന്ന ശതമാനമായി മാറുന്നു.

105 വ്യക്തികളിൽ 43 ആൾ ദിവസേന അല്ലെങ്കിൽ പതിവായി മദ്യ പിക്കുന്ന കടുത്ത മദ്യപാനശീലം ഉള്ളവരാണ്. വിശദവിവരങ്ങൾ താഴെ ചേർക്കുന്നു.

	എത്രപേർ	ശതമാനം
ദിവസേന	33	31.4
മിക്കവാറും	10	9.5
വല്ലപ്പോഴും	18	17.1
ഒരിക്കലുമില്ല	43	41
അറിയില്ല	1	1
ആകെ	105	100

മദ്യപാനശീലം

ഈ 43 വ്യക്തികളിൽ 36 ആൾക്കാർ, അതായത് 83.7 ശതമാനം ഹിന്ദുക്കളും 16.3 ശതമാനം ക്രൈസ്തവരും ആയിരുന്നു. ഇസ്ലാംമത വിശ്വാസികളിൽ ഒരാൾപോലും ഈ വിഭാഗത്തിൽപ്പെടുന്നില്ല. എന്നാൽ വല്ലപ്പോഴും മദ്യപിക്കുന്ന 18 വ്യക്തികളിൽ 2 പേർ ഇസ്ലാം വിശ്വാസികളുണ്ട്. (11.1 ശതമാനം) ഒരിക്കലും മദ്യപിക്കാത്ത 43 വ്യക്തികളിൽ 29 പേർ ഹിന്ദുക്കളും (67.4 ശതമാനം) 7 പേർ വതം (16.3 ശതമാനം വീതം) ക്രൈസ്തവരും ഇസ്ലാം മതവിശ്വാസികളുമാണ്. മദ്യപാനശീലത്തിന്റെ വേരുകൾ ഏതു സമുദായങ്ങളിലാണ് ആഴത്തിൽ വളർന്നിട്ടുള്ളതെന്നും മദ്യവർജ്ജനപ്രവർത്തനങ്ങൾ ശക്തിപ്പെടേണ്ടത് ഏതൊക്കെ സമുദായങ്ങളിലാണെന്നും ഈ കണക്കുകൾ വ്യക്തമാക്കുന്നുണ്ടല്ലോ.

ആത്മഹത്യ ചെയ്യുവാൻ തയ്യാറെടുക്കുന്നവരും അതേപ്പറ്റി ആലോചിക്കുന്നവരും എപ്പോഴും മുൻകൂട്ടി സൂചനകൾ നൽകണമെന്നില്ല. എന്നാൽ ചിലപ്പോഴൊക്കെ അത്തരം മുന്നറിവുകൾ നൽകാറുണ്ടുതാനും. 105 വ്യക്തികളെ പഠനവിധേയമാക്കിയതിൽ 31 വ്യക്തികൾ വീട്ടിൽ നിരന്തരം ജീവിതപ്രാരബ്ധങ്ങളെപ്പറ്റി ആവലാതിപ്പെടുന്നവരായിരുന്നു. എന്നാൽ 68 പേർ കദനഭാരങ്ങൾ കടിച്ചിറക്കി കല്ലുപോലെ കടുപ്പിച്ച മനസ്സുമായി ദിനരാത്രങ്ങൾ തള്ളിനീക്കിയവരായിരുന്നു. 36 വ്യക്തികൾ എനിക്കു മരിക്കണം, ഇനി ജീവിച്ചിട്ടു കാര്യമില്ല എന്നൊക്കെ പലപ്പോഴും പറയാറുണ്ടായിരുന്നു. 62 വ്യക്തികളാവട്ടെ, അങ്ങനെയൊന്നും പറഞ്ഞതേയില്ല. പെട്ടെന്നൊരുനാൾ യാത്രാമൊഴിയൊന്നുമില്ലാതെ അവർ നടന്നകന്നു. മുൻസൂചനകൾ നൽകിയവരുടെ കാര്യത്തിലാവട്ടെ, ബന്ധുക്കൾ, സ്നേഹിതർ അത്തരം സൂചനകൾ അവഗണിക്കുകയും ചെയ്തു.

'എന്തിനു പാഴ്ശ്രുതി മീട്ടുവതിനിയും
തന്ത്രികൾ പൊട്ടിയ തംബുരുവിൽ'

എന്ന് ഇവർ സൂചിപ്പിച്ചപ്പോൾ ഉറ്റവരും ഉടയവരും അതൊരു പാഴ്വാക്കായി അഥവാ കളിവാക്കായി മാത്രം കരുതിയത്രേ. തൽസമയം ആരെങ്കിലും ഒരു സാന്ത്വനവാക്ക് പറഞ്ഞിരുന്നെങ്കിൽ, ഒരു സഹായവാഗ്ദാനം നൽകിയിരുന്നെങ്കിൽ, ഒരു വിദഗ്ധന്റെ മുന്നിലേക്കു കൗൺസലിങ്ങിനയച്ചിരുന്നെങ്കിൽ ഒരുപക്ഷേ, അവരിന്നും ജീവിക്കുന്നവരുടെ ലോകത്തിഉണ്ടായിരുന്നേനേ. സ്വപ്നങ്ങളൊക്കെയും പങ്കുവെയ്ക്കാൻ, ദുഃഖഭാരങ്ങളും പങ്കുവെയ്ക്കാൻ, ഒരു വ്യക്തിയെ കണ്ടെത്തുന്നവർ, എത്ര വിരളം എന്നത് നിർഭാഗ്യംതന്നെ. എന്നാൽ ഒരു മൃദുകരസ്പർശനം പോലും ലഭിക്കാതെ നൈരാശ്യത്തിന്റെ അതിശക്തമായ ഹിമവാഹിനിയിൽപ്പെട്ട്, വിളിച്ചാൽ കേൾക്കാത്ത നാട്ടിലേക്ക് ഇവർ പൊയ്ക്കഴിഞ്ഞു. ഒരിക്കലും തിരിച്ചുവരാനാവാത്ത മരണത്തിന്റെ തീരവും കടന്ന്.

മരിക്കുവാൻ തെരഞ്ഞെടുത്ത മാർഗ്ഗത്തിനുമുണ്ട് പ്രത്യേകതകൾ. 105-ൽ ഏറെപ്പേരും (62 ആൾ) തൂങ്ങിമരണത്തിന്റെ വഴി തെരഞ്ഞെടുത്തപ്പോൾ 31 വ്യക്തികൾ കീടനാശിനികൾ, ആസിഡ് മുതലായ

ആത്മഹത്യകളിൽ സിംഹഭാഗവും നടക്കുന്നത് തൂങ്ങിമരണത്തിലൂടെയാണ്.
ഏതാണ്ട് 44 ശതമാനംപേർ തൂങ്ങിമരണം തെരഞ്ഞെടുക്കുന്നു.

വിഷവസ്തുക്കൾ കഴിച്ചാണ് ജീവനൊടുക്കിയത്. എട്ടു പേർ മണ്ണെണ്ണയൊഴിച്ച് സ്വയം കത്തിയമർന്നു. ഒരാളാകട്ടെ റെയിൽപ്പാളത്തിൽ ചാടി മരണത്തിലേക്കു കുതിച്ചു. തീകൊണ്ട് ജീവൻവെടിഞ്ഞ എട്ടു പേരിൽ ഏഴും സ്ത്രീകളായിരുന്നു. ഭാരതത്തിലെ ആകെ ആത്മഹത്യകൾ പരിശോധിച്ചപ്പോൾ തൂങ്ങിമരണവും (31.2 ശതമാനം) വിഷം കഴിച്ചുള്ള മരണവും (37.5 ശതമാനം) തന്നെയാണ് പ്രധാന വഴികൾ. ജലാശയങ്ങളിൽ 6.3 ശതമാനവും അഗ്നിയിലൂടെ 7.6 ശതമാനവും ജീവൻ വെടിഞ്ഞു.

വിവിധ സംസ്ഥാനങ്ങളിലെ ആത്മഹത്യാമാർഗ്ഗങ്ങൾക്കും വൈവിധ്യമുണ്ട്. തൂങ്ങിമരണം ഏറ്റവും സ്വീകാര്യമായ മാർഗ്ഗമായി കാണുന്നത് കേരളത്തിലാണ് (ആകെ 4312 വ്യക്തികൾ - ആകെ ആത്മഹത്യകളുടെ 47.6 ശതമാനം) വിഷംകഴിച്ചുള്ള മരണമാവട്ടെ മഹാരാഷ്ട്രയിലാണ് അധികം (6273 മരണം ആകെയുള്ളതിന്റെ 42.6 ശതമാനം) കേരളത്തിൽ ഈമാതിരി ആത്മഹത്യകൾ 3176 ആയിരുന്നു (ആകെ സംസ്ഥാനത്തു നടന്ന ആത്മഹത്യകളുടെ 35 ശതമാനം അഗ്നികൊണ്ട് ആത്മാഹുതി ചെയ്തവർ കൂടുതൽ മഹാരാഷ്ട്രയിലും (1743) തമിഴ്നാട്ടിലുമായിരുന്നു (1389) കേരളത്തിൽ ഇത്തരം ആത്മഹത്യകൾ 419 മാത്രം. (സംസ്ഥാനത്തെ ആകെ ആത്മഹത്യകളുടെ 4.6 ശതമാനം) ഉയർന്ന കെട്ടിടങ്ങളിൽ നിന്നും ചാടി മരിച്ചവർ ഏറ്റവുമധികം തമിഴ്നാട്ടിലായിരുന്നു. (250 വ്യക്തികൾ) ഇതിൽ 197 പുരുഷന്മാരും 53 സ്ത്രീകളും ആ സംസ്ഥാനത്തെ ആകെ ആത്മഹത്യകളുടെ 1.9 ശതമാനമായിരുന്നു ഇത്. റെയിൽപ്പാളത്തിൽ ചാടി മരിച്ചവർ ഏറെയും ആന്ധ്രപ്രദേശിലായിരുന്നുവെങ്കിൽ (111 ആൾ) ഉറക്കഗുളികകൾ അമിതമായി കഴിച്ച് വേദന യില്ലാത്ത മരണത്തെ പുൽകിയവരിൽ ഏറെയും പശ്ചിമബംഗാളിലായിരുന്നു. (304 ആൾ) കേരളത്തിൽ ഇത്തരം ആത്മഹത്യകൾ യഥാക്രമം 75-ഉം 21-ഉം മാത്രമായിരുന്നു.

നിങ്ങളുടെ ബന്ധുവിന്റെ/സ്നേഹിതന്റെ ആത്മഹത്യ ഒഴിവാക്കാമായിരുന്നുവോ എന്ന ചോദ്യത്തിന് ഉത്തരം നൽകിയവരിൽ 5 പേർ 'അതെ' എന്നും 3 പേർ 'ഇല്ല' എന്നും മറുപടി നൽകിയപ്പോൾ 97 വ്യക്തികൾ അറിയില്ല എന്നുത്തരം നൽകി. ഒരുചാൺ വയറു നിറയ്ക്കാനുള്ള വ്യഗ്രതകളിൽപെട്ടുഴലുമ്പോൾ ജീവിതമെന്ന പ്രഹേളികയെപ്പറ്റി ചിന്തിച്ചു തല പുണ്ണാക്കാൻ ആർക്കാണ് നേരം.

വേദനിപ്പിക്കുന്ന
ചില വിചിത്ര യാഥാർത്ഥ്യങ്ങൾ

കേരളത്തിലെ ആത്മഹത്യാപ്രവണതകളെപ്പറ്റിയും അതിനു കാരണമാകുന്ന സങ്കീർണ്ണമായ സാമൂഹിക-സാമ്പത്തിക ഘടകങ്ങളെക്കുറിച്ചും മുൻ അദ്ധ്യായത്തിൽ ഏറെ ചർച്ച ചെയ്തുകഴിഞ്ഞു. സംക്ഷിപ്തമായ രൂപത്തിൽ ഇതിൽ നിന്ന് ഉരുത്തിരിഞ്ഞിട്ടുള്ള വസ്തുതകൾ താഴെ പറയുന്നവയാണ്.

1. ആത്മഹത്യ ചെയ്യുന്നവരിൽ 50-നും 60-നും മദ്ധ്യേ ശതമാനം വ്യക്തികൾ 15-നും, 45-നും ഇടയിൽ പ്രായമുള്ള, ഏറ്റവും പ്രവർത്തനശേഷിയും ഉത്പാദനക്ഷമതയുമുള്ളവരാണ്. അതായത് നമ്മുടെ ജീവിതത്തിന്റെ നല്ല സമയത്ത് ജീവിതം അവസാനിപ്പിക്കാൻ തീരുമാനിച്ചവർ. അപ്പോൾ ആത്മഹത്യ ചെയ്യുന്നതിലേറെപ്പേരും ജീവിക്കാൻ ശേഷിയുള്ളവരാണെന്നുവരുന്നു. ഇതാണ് ആത്മഹത്യകളിലെ ഒന്നാമത്തെ ദുരന്തം.

2. 60 കഴിഞ്ഞ മുതിർന്ന പൗരന്മാരുടെ ആത്മഹത്യകൾ ഭാരതത്തിലെ ആകെയുള്ളതിന്റെ 10 ശതമാനവും കേരളത്തിലായിരുന്നു (2004-ൽ ഇത്തരം 1749 സംഭവങ്ങൾ കേരളത്തിലുണ്ടായി) ഇത്തരം സംഭവങ്ങൾ കേരളത്തിലാണ് മറ്റു സംസ്ഥാനങ്ങളിലേക്കാൾ കൂടുതൽ ഉണ്ടാവുന്നത്. എന്നാൽ ഇവിടെയാണ് ഏറ്റവും കടുതൽ വൃദ്ധസദനങ്ങൾ പ്രവർത്തിക്കുന്നത് എന്ന സത്യവും ഇതോടൊപ്പം ചേർത്തു വായിക്കുക.

3. ആത്മഹത്യകളിൽ 65-നും 70-നും മദ്ധ്യേ ശതമാനം പുരുഷന്മാരാണ്. അറുപതു വയസ്സു കഴിഞ്ഞവരിൽ ആത്മഹത്യ ചെയ്യുന്നവർ 72 ശതമാനത്തിനു മേൽ പുരുഷന്മാരാണ്. നമ്മുടെ ഫെമിനിസ്റ്റുകളും സാമൂഹികപ്രവർത്തകരും ശ്രദ്ധിക്കേണ്ട സംഗതിയാണ് ഇത്.

4. ആത്മഹത്യ ചെയ്യുന്ന വ്യക്തികളിൽ 70-നും, 75-നും മദ്ധ്യേ ശതമാനം വിവാഹിതരാണ്. വിവാഹം കഴിക്കാത്തവരുടെ എണ്ണം

സംസ്ഥാനത്ത് എത്രയാണെന്നു വ്യക്തമായ വിവരം ലഭ്യമല്ലായെങ്കിലും സമൂഹത്തിലെ 25 ശതമാനം വ്യക്തികൾ അവിവാഹിതരായി കഴിയുന്നില്ലെന്ന് അനുമാനിച്ചാൽ അവിവാഹിതരുടെ ആത്മഹത്യയാണ് വിവാഹിതരുടേതിനേക്കാൾ ആനുപാതികമായി ഏറിയിരിക്കുന്നതെന്നും കാണാം.

5. 45–നും 50–നും മദ്ധ്യേ ശതമാനം വ്യക്തികൾ കൂലിപ്പണിക്കാരും 7–8 ശതമാനം ചെറുതും വലുതുമായ ബിസിനസ്സ്/കച്ചവടം ചെയ്യുന്നവരുമാണ്. 17–18 ശതമാനം വീട്ടമ്മമാരായിരുന്നു. മാസശമ്പളക്കാരാകട്ടെ 5–6 ശതമാനമേ ഉള്ളൂ.

6. ആത്മഹത്യയും വിദ്യാസമ്പന്നതയും തമ്മിൽ നല്ല ബന്ധമുണ്ടെന്നു തോന്നുന്നു. ഉദ്ദേശം 80 ശതമാനം ആത്മഹത്യകളും സ്കൂൾതരം വരെമാത്രം വിദ്യാഭ്യാസമുള്ള വ്യക്തികളുടേതായിരുന്നു. 10–11 ശതമാനം വ്യക്തികൾ നിരക്ഷരകക്ഷികളായിരുന്നു. സംസ്ഥാനത്താകമാനവും ഏതാണ്ട് ഈ ശതമാനക്കണക്കുകൾ ബാധകമാണ്. ബിരുദവും ബിരുദാനന്തരബിരുദവുമൊക്കെ ഉള്ളവർ വെറും രണ്ടു ശതമാനം മാത്രമായിരുന്നു.

7. ആത്മഹത്യകൾ നടന്ന കുടുംബങ്ങളിൽ ഉദ്ദേശ്യം 87 ശതമാനവും അണുകുടുംബങ്ങളായിരുന്നു.

8. ആത്മഹത്യ ചെയ്തവരിൽ ഏറെയും ഹിന്ദുമതവിശ്വാസികളായിരുന്നു. ജനസംഖ്യാനുപാതത്തിനും ഉപരിയായി 77.1 ശതമാനം) ഇസ്ലാം ക്രൈസ്തവിശ്വാസികളുടെ ആത്മഹത്യകൾ ജനസംഖ്യാനുപാതത്തിൽ താഴെയായിരുന്നു.

9. 27 ശതമാനം വ്യക്തികൾക്ക് ഏതെങ്കിലും ഗുരുതരമോ അല്ലാത്തതോ ആയ രോഗങ്ങളുണ്ടായിരുന്നു. സംസ്ഥാനത്തിന്റെ മൊത്തം ആത്മഹത്യകളിൽ 29.02 ശതമാനവും രോഗബാധിതരായിരുന്നു. ഇവരിൽ മാനസികരോഗത്തിനു ചികിത്സിച്ചിട്ടുള്ളവർ 14.33 ശതമാനമായിരുന്നു.

10. ആത്മഹത്യ ചെയ്തവരിൽ 43.80 ശതമാനംപേർ സാമ്പത്തിക സ്ഥിതി ബുദ്ധിമുട്ടുള്ളത് എന്ന വിഭാഗത്തിൽപ്പെട്ടിരുന്നു. വാർഷികവരുമാനം 18000 രൂപയിൽ താഴെ എന്നാണ് 50 ശതമാനത്തിനു മേൽ വ്യക്തികളെപ്പറ്റി ലഭിച്ച വിവരം.

11. ആത്മഹത്യ ചെയ്തവരിൽ 41 ശതമാനവും ഇവരിൽത്തന്നെ പുരുഷന്മാരിൽ 57 ശതമാനവും പതിവായി മദ്യപിക്കുന്നവരായിരുന്നു.

12. ആത്മഹത്യ ചെയ്ത വ്യക്തികളിൽ നല്ലൊരു ഭാഗം - ഉദ്ദേശ്യം 30 ശതമാനം - പരാതിയും പരിദേവനവും പറഞ്ഞും മരിക്കണമെന്നുള്ള

എന്റെ ആദ്യ നിഗമനം സാമ്പത്തികകാരണങ്ങളാണ് പ്രധാനമായും പുരുഷന്മാരുടെ ആത്മഹത്യയ്ക്കു കാരണമായി ഭവിച്ചത് എങ്കിൽ, വൈകാരികമായ കാരണങ്ങളാണ് സ്ത്രീകളുടെ മരണത്തിനു ഹേതുവായിത്തീർന്നത് എന്നതായിരുന്നു. ഈ ഗവേഷണ പഠനത്തിൽ ലഭിച്ച വസ്തുതകളിൽ നിന്നും ഈ നിഗമനം യാഥാർത്ഥ്യമായി.

ആഗ്രഹം പ്രകടിപ്പിച്ചും ചുറ്റുമുള്ളവർക്ക് സൂചനകൾ നൽകിയിരുന്നു.

ഈ പഠനത്തിന്റെ തുടക്കത്തിൽ ഗ്രന്ഥകാരൻ മൂന്നു നിഗമനങ്ങൾ രൂപീകരിച്ചിരുന്നു.

1. പുരുഷന്മാരുടെ ആത്മഹത്യകൾ മുഖ്യമായും സാമ്പത്തികവും തൊഴിൽമേഖല എന്നിവയുമായി ബന്ധപ്പെട്ട കാരണങ്ങളാലും മറിച്ച് സ്ത്രീകളുടേത് വികാരപരമായ ഘടകങ്ങളാലുമുണ്ടാകുന്നു.
2. മദ്യപാനാസക്തിയും ആത്മഹത്യാപ്രവണതയുമായി നേരിട്ടുള്ള ബന്ധമുണ്ട്.
3. 60 വയസ്സിനുമുകളിൽ പ്രായമുള്ള വ്യക്തികളുടെ ആത്മഹത്യകൾ മറ്റു സംസ്ഥാനങ്ങളേക്കാൾ കേരളത്തിൽ കൂടുതലാണ്. മാത്രമല്ല ഇവ വർദ്ധിച്ചുകൊണ്ടുമിരിക്കുന്നു.

സ്ഥിതിവിവരക്കണക്കുകളും പഠനത്തിൽ ലഭിച്ച് വിവരങ്ങളും ഈ നിഗമനങ്ങളെ എത്രത്തോളം സാധൂകരിക്കുന്നു എന്നു പരിശോധിക്കാം.

നിഗമനങ്ങൾ യാഥാർത്ഥ്യമാകുന്നു

ആദ്യത്തെ നിഗമനം സാമ്പത്തികകാരണങ്ങളാണ്. പ്രധാനമായും പുരുഷന്മാരുടെ ആത്മഹത്യയ്ക്കു കാരണമായി ഭവിച്ചത് എങ്കിൽ വൈകാരികമായ കാരണങ്ങളാണ് സ്ത്രീകളുടെ മരണത്തിനു ഹേതുവായിത്തീർന്നത് എന്നുള്ളതാണ്. ഈ ഗവേഷണപഠനത്തിൽ ലഭിച്ച വസ്തുതകളിൽ നിന്നും ഈ നിഗമനം യാഥാർത്ഥ്യമായി പട്ടിക 94 നോക്കുക.

പട്ടിക 9.1

ആത്മഹത്യയുടെ ഹേതു	പുരുഷൻ (ശതമാനം)	സ്ത്രീ (ശതമാനം)
രോഗം	9.7	15.2
കുടുംബകലഹം	20.9	24.3
സാമ്പത്തികപ്രശ്നം	13.9	3
കടബാദ്ധ്യത	9.7	3
മാതാപിതാക്കളുടെ/ ഭാര്യ-ഭർത്താവിന്റെ ശകാരം	1.4	15.2
മാനസിക അസ്വസ്ഥത	12.5	15.2

ആത്മഹത്യയുടെ കാരണങ്ങൾ - സ്ത്രീപുരുഷവ്യത്യാസം

പട്ടിക 9.2

വർഷം	ആകെ ആത്മഹത്യ കൾ (കേരളം)	60 വയസ്സു കഴിഞ്ഞ വർ എത്ര	കോളം- 3-2 ന്റെ എത്ര ശതമാനം	ഭാരത്തിൽ ഇത്തര ത്തിൽ എത്ര സംഭവം	കോളം - 3-5 ന്റെ എത്ര ശതമാനം
2001	9572	1767	18.5	8458	20.9
2002	9810	1900	19.4	8779	21.6
2003	9438	1926	20.4	9098	21.2
2004	9053	1749	19.3	9213	19
2005	9244	1686	18.2	9317	18.1
2006	9026	1732	19.2	9127	18.9

60 വയസ്സു കഴിഞ്ഞവരുടെ ആത്മഹത്യകൾ

കേരള സംസ്ഥാനത്തിന്റെ മൊത്തം ചിത്രമെടുത്താൽ സാമ്പത്തിക ത്തകർച്ച മൂലം 799 പുരുഷന്മാർ ആത്മഹത്യ ചെയ്തപ്പോൾ (വർഷം 2004) സ്ത്രീകളിൽ ഈ വിഭാഗത്തിൽപ്പെടുന്നവർ കേവലം 89 മാത്രമാ യിരുന്നു. തൊഴിലില്ലായ്മ 158 പുരുഷന്മാർക്ക് ഹേതുവായപ്പോൾ സ്ത്രീ കളുടെ കാര്യത്തിൽ ഇത് 61 സംഭവങ്ങൾക്കു മാത്രമേ കാരണമായുള്ളൂ. അതുപോലെതന്നെ സ്വന്തം രോഗങ്ങളും അന്യരുടെ രോഗങ്ങളും 1941 പുരുഷന്മാരുടെയും 848 സ്ത്രീകളുടെയും ആത്മഹത്യയ്ക്കു കാരണ മായി. ഇത് പുരുഷന്മാരുടെ ആത്മഹത്യകളിൽ 294 ശതമാനവും സ്ത്രീ കളുടേതിന്റെ 34.5 ശതമാനവും ആയിരുന്നു.

രണ്ടാമത്തെ നിഗമനം മദ്യപാനശീലവും ആത്മഹത്യകളും തമ്മി ലുള്ള ബന്ധമാണ്. ഇതേപ്പറ്റി ഭാരതത്തിലെ ആകെ സ്ഥിതിവിവരക്കണ ക്കുകളോ കേരളസംസ്ഥാനത്തിന്റെ മൊത്തമായ വിവരങ്ങളോ അധി കാരികൾ ശേഖരിക്കുന്നില്ലാത്തതിനാൽ തന്നെ, ലഭ്യമല്ല എന്നാൽ ഈ ഗവേഷകൻ നടത്തിയ പഠനങ്ങളിൽ നിന്നു ലഭ്യമായ വിവരങ്ങൾ ഈ ഗ്രന്ഥത്തിൽ അന്യത്ര ചേർത്തിട്ടുള്ളതാണ്. അതിനാൽ വീണ്ടും വിവരി ക്കുന്നില്ല.

മൂന്നാമത്തെ നിഗമനം 60 വയസ്സുകഴിഞ്ഞ വ്യക്തികളുടെ ആത്മ ഹത്യകൾ കേരളസംസ്ഥാനത്തു വർദ്ധിച്ചുവരുന്നു എന്നും ഭാരതത്തിലെ മറ്റു സംസ്ഥാനങ്ങളെക്കാൾ ഇത്തരം സംഭവങ്ങൾ കേരളത്തിൽ കൂടുതലാണെന്നുമുള്ളതാണ്. താഴെ ചേർത്തിട്ടുള്ള പട്ടിക ഇതു വ്യക്ത മാക്കുന്നു.

ഭാരതത്തിൽ ഇത്തരം സംഭവങ്ങളുടെ എണ്ണം വർദ്ധിച്ചുവരികയാ ണെന്ന് 5-ാം കോളം വ്യക്തമാക്കുന്നു. കേരളത്തിൽ ഇത്തരം സംഭവ ങ്ങളുടെ എണ്ണം കഴിഞ്ഞ രണ്ടു വർഷമായി കുറയുന്നുണ്ടെങ്കില്ലും

2006-ൽ വീണ്ടും ഉയർന്നു. കൂടാതെ ഭാരതത്തിലെ ആകെ സംഭവങ്ങളുടെ എണ്ണം കൂടിവരുന്നുണ്ട്. ആത്മഹത്യകളുടെ എണ്ണം രാജ്യമൊട്ടാകെ കുതിച്ചുയരുകയാണ്. 2009-ൽ ഭാരതത്തിലാകെ 127151 സംഭവങ്ങളാണ് ഉണ്ടായതെങ്കിൽ 2010-ൽ അത് 5.9 ശതമാനം വർദ്ധിച്ച് 134599 ആയിത്തീർന്നു. തമിഴ്നാട് (16561), പശ്ചിമബംഗാൾ (16037) മഹാരാഷ്ട്ര (15916) ആന്ധ്രപ്രദേശ് (15901), കർണാടക (12651) എന്നീ അഞ്ചു സംസ്ഥാനങ്ങളിലാണ് ഭാരതത്തിൽ ആകെയുണ്ടായ ആത്മഹത്യകളടെ 57.2 ശതമാനവും ഉണ്ടായത്. കേരളത്തിൽ ആകെ സംഭവങ്ങൾ 8586 മാത്രമായിരുന്നുവെങ്കിലും ആത്മഹത്യാനിരക്ക് (24.6) പരിശോധിക്കുമ്പോൾ ഭാരതത്തിൽ ആകമാനമുള്ളതിന്റെ (11.4) ഇരട്ടിയിലധികമായിരുന്നു. മാത്രമല്ല കേരളത്തിന്റെ ഇതിലെ ഭാഗം ഇത്രയും ഉയർന്നു നിൽക്കുവാൻ പാടുള്ളതല്ല-ജനസംഖ്യാടിസ്ഥാനത്തിൽ കണക്കാക്കുമ്പോഴും കേരളത്തിന്റെ വിദ്യാഭ്യാസ ആരോഗ്യപരിപാലനനിലവാരം വെച്ചു നോക്കിയാലും വൃദ്ധസദനങ്ങളുടെയും മറ്റും എണ്ണംവെച്ചു നോക്കിയാലും ഇത് പാടുള്ളതല്ല.

2012 ൽ 60 വയസ്സുകഴിഞ്ഞവരുടെ ആത്മഹത്യകൾ ഭാരതത്തിലാകമാനം 11413 ആയിരുന്നു. അതിന്റെ 14.39 ശതമാനം കേരള സംസ്ഥാനത്തായിരുന്നു (1637 സംഭവങ്ങൾ) 2013-ലാവട്ടെ 11449 സംഭവങ്ങളിൽ 14.83 ശതമാനവും കേരളത്തിലായിരുന്നു (1698 സംഭവങ്ങൾ) വയോജനങ്ങളുടെ (സീനിയർ സിറ്റിസൺസ്) ക്ഷേമവും സുരക്ഷിതത്വവും മെച്ചപ്പെടുത്തുന്നതിൽ കേരളം വളരെയേറെ മുന്നോട്ടുപോവേണ്ടിയിരിക്കുന്നു. സാമ്പത്തികമായ പരാധീനതകൾ അനാരോഗ്യം ഒറ്റപ്പെടൽ ഏകാന്തത ഇവ മൂലമുണ്ടാകുന്ന മാനസികപ്രശ്നങ്ങൾ എന്നിവയൊക്കെയാണ് പൊതുവെ. വയോജനങ്ങളുടെ ആത്മഹത്യയ്ക്കു കാരണമാവുന്നത്. സർക്കാരിനും സാമൂഹികസംഘടനകൾക്കും (N.G.O.) ഇക്കാര്യത്തിൽ കുറെയേറെ ചെയ്യുവാനുണ്ടെന്ന് മുകളിൽ നൽകിയിട്ടുള്ള കണക്കുകൾ വ്യക്തമാക്കുന്നു.

മരണത്തിൽനിന്നും
തിരിച്ചുവരുന്നവർ സംസാരിക്കുന്നു

ആത്മഹത്യ ചെയ്തവരുടെ മാനസികാവസ്ഥ എന്തായിരുന്നുവെന്ന് അവരോടു ചോദിച്ചറിയാൻ നമുക്കാവില്ല. എങ്കിലും ആത്മഹത്യാ ശ്രമത്തിൽ നിന്നും രക്ഷപ്പെട്ടവരുണ്ടല്ലോ. അവരുമായി സംവേദനം നടത്തിയാൽ ആത്മഹത്യാപ്രവണതുടെ വിവിധവശങ്ങളെപ്പറ്റി ഉൾക്കാഴ്ച തരുന്ന പല ധാരണകളും നമുക്ക് കിട്ടും. ആത്മഹത്യാശ്രമങ്ങളിൽ നിന്നു ജീവിതത്തിലേക്ക് രക്ഷപ്പെട്ട് ചിലയാളുകളുമായി നടത്തിയ സംവേദനങ്ങളിൽ നിന്നു ലഭിച്ച മൂല്യവത്തായ ചില വിവരങ്ങളാണ് ഈ അദ്ധ്യായത്തിൽ പങ്കുവെയ്ക്കുന്നത്.

കോടതി ആത്മഹത്യയ്ക്കെതിരെ

ആത്മഹത്യാശ്രമത്തിൽപ്പെട്ട് ചികിത്സയ്ക്കായി അനേകം രോഗികൾ നമ്മുടെ മെഡിക്കൽകോളജുകളിൽ എത്താറുണ്ട്. ആത്മഹത്യാശ്രമം ഇന്ത്യൻ ശിക്ഷാനിയമത്തിലേ 309-ാം വകുപ്പുപ്രകാരം ഒരു വർഷംവരെ തടവും അതിനുപുറമേ പിഴയും ലഭിക്കാവുന്ന ഒരു കുറ്റമാണ്. അതുകൊണ്ട് കുറെ വർഷങ്ങൾക്കുമുമ്പുവരെ ഈ വകുപ്പുപ്രകാരം ആത്മഹത്യാശ്രമം നടത്തുന്നവർക്കെതിരെ കേസ് രജിസ്റ്റർചെയ്തു പൊലീസ് അന്വേഷിക്കാറുണ്ടായിരുന്നു. കുറ്റപത്രവും വിചാരണയും കോടതികളിൽ നടന്നിരുന്നു.

എന്നാൽ സുപ്രീംകോടതിയുടെ 1994-ലെ ഒരു വിധിയിൽ (നാഗഭൂഷൺ പട്നായിക് Vs. യൂണിയൻ ഓഫ് ഇന്ത്യാ) ഇന്ത്യൻ ശിക്ഷാനിയമത്തിലെ 309-ാം വകുപ്പ് ഭരണഘടനാവിരുദ്ധമാണെന്നു പ്രഖ്യാപിച്ചു. എന്നുവെച്ചാൽ ആത്മഹത്യാശ്രമത്തിന് ഒരു വ്യക്തിയെ ശിക്ഷിക്കാനാവില്ല എന്നാണു പരമോന്നതക്കോടതി വിധിച്ചത്. എന്നാൽ സുപ്രീം കോടതിതന്നെ ശ്രദ്ധേയമായ 1996-ലെ മറ്റൊരു വിധിയിലൂടെ ആദ്യത്തെ കല്പന തിരുത്തി (ഗ്യാൻ കൗർ Vs.സ്റ്റേറ്റ് ഓഫ് പഞ്ചാബ്), സുപ്രീം കോടതിയുടെ അഞ്ചു ജഡ്ജിമാരുടെ ഒരു ബെഞ്ചാണ് ഗ്യാൻ കൗർ Vs. സ്റ്റേറ്റ് ഓഫ് പഞ്ചാബ് എന്ന കേസ് ഉൾപ്പെടെ വിവിധ സംസ്ഥാനങ്ങളിൽ

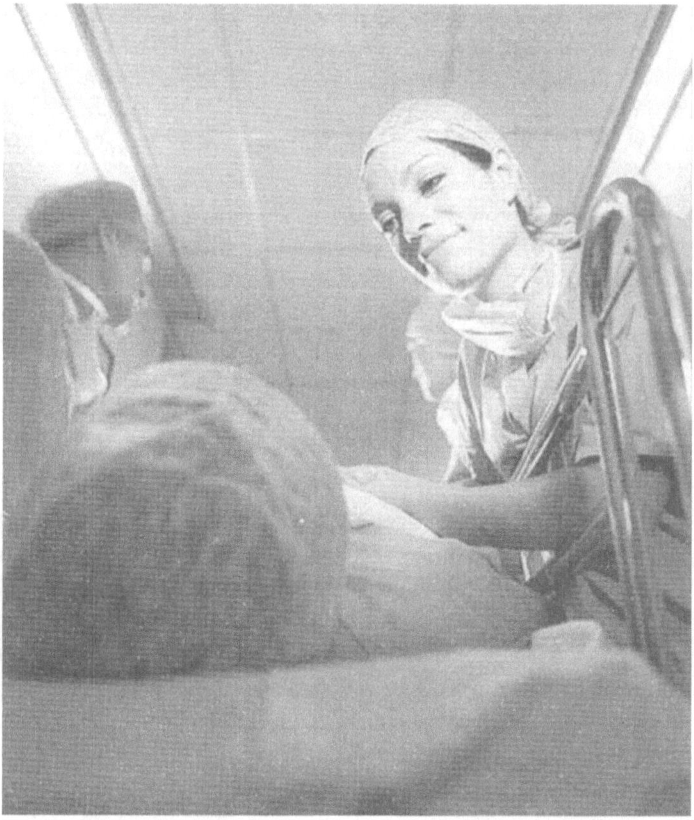

'ദയാവധം' എന്ന വാദഗതിയെയും സുപ്രീംകോടതി അപലപിച്ചു. അതീവ ഗുരുതരമായ രോഗം അല്ലെങ്കിൽ അപകടം മൂലം പക്ഷാഘാതം, മസ്തിഷ്കമരണം മുതലായവയൊക്കെ സംഭവിച്ച് മൃതപ്രായരായി ജീവച്ഛവമായി മാറുന്ന വ്യക്തികൾക്ക്, യാതനയ്ക്ക് അറുതിവരുത്തി മാന്യമായി മരണം വരിക്കുവാൻ വൈദ്യശാസ്ത്രത്തിന്റെ സഹായം തേടുന്നതിൽ തെറ്റില്ല എന്നതാണല്ലോ 'ദയാവധ'ത്തിന്റെ ആശയം. അതിനെ ഖണ്ഡിച്ചുകൊണ്ട് സുപ്രീംകോടതി പറഞ്ഞത് ഒരു വ്യക്തിയുടെയും ജീവിതം അവസാനിപ്പിക്കുവാൻ മറ്റൊരു വ്യക്തിക്കും അവകാശമില്ല എന്നുതന്നെയാണ്.

നിന്നും പരമോന്നത കോടതി മുമ്പാകെ എത്തിയ നിരവധി ക്രിമിനൽ അപ്പീൽ കേസുകൾ ഒന്നിച്ചു പരിഗണനയ്ക്ക് എടുത്തുകൊണ്ടു സുപ്രധാനമായ വിധി (1996 സുപ്രീംകോർട്ട് കേസുകൾ, നമ്പർ 648) പ്രസ്താവിച്ചത്. ആത്മഹത്യ എന്നത് അസ്വാഭാവികവും കൃത്രിമവുമായ രീതിയിൽ ജീവിതം അവസാനിപ്പിക്കുന്ന പ്രക്രിയയായതുകൊണ്ട് അത് ഭരണഘടനയുടെ 21-ാം ഖണ്ഡികയിൽ പറഞ്ഞിട്ടുള്ള ജീവിക്കുവാനുള്ള

അവകാശത്തിന്റെ നിഷേധമാണെന്നും ജീവന്റെ പവിത്രത ആർക്കും അവഗണിക്കാനാവില്ലെന്നും മരണം സ്വയമേവ തെരഞ്ഞെടുക്കുവാനുള്ള അവകാശം ഭരണഘടന ഒരു വ്യക്തിക്കും നൽകിയിട്ടില്ലെന്നും ഈ വിധിയിൽ പറയുന്നു. ദയാവധം എന്നറിയപ്പെടുന്ന വാദഗതിയെയും സുപ്രീം കോടതി അപലപിച്ചു. അതീവഗുരുതരമായ രോഗം അല്ലെങ്കിൽ അപകടംമൂലം പക്ഷാഘാതം മസ്തിഷ്കമരണം മുതലായവയൊക്കെ സംഭവിച്ച് മൃതപ്രായരായി അഥവാ അസഹനീയമായ വേദന സഹിച്ചുകൊണ്ട് ജീവച്ഛവമായി മാറുന്ന വ്യക്തികൾക്ക് തങ്ങളുടെ യാതനയ്ക്ക് അറുതിവരുത്തി മാന്യമായി മരണം വരിക്കുവാൻ വൈദ്യശാസ്ത്രത്തിന്റെ സഹായം തേടുന്നതിൽ തെറ്റില്ല എന്താണല്ലോ ദയാവധത്തിന്റെ ആശയം. അതിനെ ഖണ്ഡിച്ചുകൊണ്ട് സുപ്രീംകോടതി പറഞ്ഞത് ഒരു വ്യക്തിയുടെയും ജീവിതം അവസാനിപ്പിക്കുവാൻ മരണമെന്ന സ്വാഭാവികപ്രക്രിയയ്ക്കു വേഗം കൂട്ടുവാൻ അഥവാ ത്വരിതപ്പെടുത്തുവാൻ മറ്റൊരു വ്യക്തിക്കും അവകാശമില്ല എന്നുതന്നെയാണ്.

ഇന്ത്യൻ ശിക്ഷാനിയമത്തിലെ 309-ാം വകുപ്പാണ് ആത്മഹത്യാശ്രമത്തെ ശിക്ഷാർഹമായ കുറ്റമായി നിർവചിക്കുന്നത്. ആ വകുപ്പുതന്നെ ശിക്ഷാനിയമത്തിൽനിന്ന് എടുത്തുമാറ്റണമെന്നും ആധുനിക ചിന്താഗതിക്ക് ഇത്തരം ശിക്ഷാനടപടി നിരക്കുന്നതല്ല എന്നും മറ്റും കേന്ദ്ര സർക്കാർ നിയമിച്ച ലോകമ്മീഷൻ ശുപാർശ നൽകുകയും 1972-ൽ അതിനായി പാർലമെന്റിൽ ഒരു ബിൽ അവതരിപ്പിക്കുകയും ചെയ്തുവെങ്കിലും ആയതുപാസ്സാവുകയോ നിയമത്തിന്റെ ഭാഗമായിത്തീരുകയോ ഉണ്ടായില്ല. പിന്നീട് ഇതുവരെയും ലോകമ്മീഷന്റെ ഈ ശുപാർശ നടപ്പിലാക്കുവാൻ ഒരു ശ്രമവും സർക്കാരിന്റെ ഭാഗത്തുനിന്നും ഉണ്ടായില്ല. അതുകൊണ്ട് നിലവിലുള്ള നിയമപ്രകാരം ആത്മഹത്യാശ്രമം കുറ്റകരമാണ്. എങ്കിലും കഴിഞ്ഞ പത്ത് വർഷത്തിലേറെയായി ആത്മഹത്യാശ്രമത്തിന്റെ പേരിൽ കേരളത്തിൽ ക്രിമിനൽ കേസ് എടുക്കുകയോ അന്വേഷിപ്പിക്കുകയോ ചെയ്യാറില്ല. അതുകൊണ്ടുതന്നെ കേരളത്തിൽ ഒരു വർഷം എത്ര ആത്മഹത്യാശ്രമങ്ങൾ നടക്കുന്നുണ്ട് എന്നതിന് ഔദ്യോഗികമായ കണക്കുകളും ലഭ്യമല്ല. സ്വകാര്യ ആശുപത്രികളിൽ പ്രവേശിപ്പിക്കുന്ന ഇത്തരം രോഗികളുടെ വിവരങ്ങൾ രഹസ്യമായി ത്തന്നെ സൂക്ഷിക്കാറുമുണ്ട്. എങ്കിലും ഈ രംഗത്തു പ്രവർത്തിക്കുന്ന ഡോക്ടർമാരുടെയും സാമൂഹികപ്രവർത്തകരുടെയും ഒക്കെ അഭിപ്രായത്തിൽ മരണം സംഭവിക്കുന്നതിന്റെ ഏകദേശം രണ്ടോ മൂന്നോ ഇരട്ടി സംഭവങ്ങൾ ചികിത്സയിലൂടെ രക്ഷപ്പെടുന്നുണ്ട് എന്നാണ്. ഓരോ വർഷവും ശരാശരി 9000 വ്യക്തികൾ ആത്മഹത്യയിലൂടെ മരണപ്പെടുന്ന ഈ സംസ്ഥാനത്ത് ഉദ്ദേശ്യം 15000 മുതൽ 20000 വരെ വ്യക്തികൾ ആത്മഹത്യാശ്രമം നടത്തുന്നുണ്ടാവണം.

നിയമവും വ്യവസ്ഥയും എന്തുതന്നെയായാലും ആത്മഹത്യാശ്രമം നടത്തുന്നവരുടെ പേരിൽ ക്രിമിനൽ കേസ് രജിസ്റ്റർ ചെയ്ത് അവരെ

കോടതികയറ്റുന്നത് ക്രൂരവും വേദനാജനകവും തന്നെയാണ്. 'ഇടിമിന്നലേറ്റവനെ പാമ്പും കടിച്ചു' എന്നതായിരിക്കും ഈ വിധത്തിൽ കോടതികയറേണ്ടിവരുന്നവരുടെ മാനസികാവസ്ഥ വെറുമൊരു അനാവശ്യ പീഡനം ഒഴിവാക്കുവാൻ തീരുമാനിച്ച കേരളാപൊലീസ് സേനയുടെ നേതൃത്വം അഭിനന്ദനാർഹമായ ഒരു കാര്യം തന്നെയാണ് ചെയ്തത്.

ആത്മഹത്യാപ്രേരണ - ഏറെ ഗുരുതരമായ കുറ്റം

ആത്മഹത്യാശ്രമത്തെ ഏറെ സഹതാപപൂർവ്വം അപഗ്രഥിക്കുന്ന നീതിന്യായകോടതി പക്ഷേ, ആത്മഹത്യാപ്രേരണയെ അതീവ ഗുരുതരമായിട്ടാണു വീക്ഷിക്കുന്നത്. ഇന്ത്യൻ ശിക്ഷാനിയമം 306-ാം വകുപ്പു പ്രകാരം അപ്രകാരം പ്രേരിപ്പിക്കുന്ന വ്യക്തിക്ക് 10 വർഷം വരെ വെറും തടവോ കഠിനതടവോ പുറമേ പിഴയോ ഒക്കെ ശിക്ഷയായി നൽകപ്പെടാവുന്നതാണ്. ഇത്തരം കേസുകൾ സെഷൻസ് കോടതിയുടെ പരിഗണനയ്ക്കാണ് വരിക എന്നുള്ളതും കുറ്റത്തിന്റെ ഗൗരവത്തെ സൂചിപ്പിക്കുന്നു. ഉദാഹരണത്തിന് ഭർത്താവിന്റെ മൃതദേഹം ചിതയിൽ ദഹിപ്പിക്കുന്നതിനോടൊപ്പം ആത്മാഹുതി നടത്തുവാൻ (സതി അനുഷ്ഠിക്കുവാൻ) ഒരു സ്ത്രീയെ കുറെ വ്യക്തികൾ പ്രേരിപ്പിക്കുന്നുവെന്നിരിക്കട്ടെ. ഒരുപക്ഷേ, ആ സ്ത്രീ പൊള്ളലേറ്റിട്ടും ആരൊക്കെയോ ചേർന്ന് രക്ഷപ്പെടുത്തിയതിനാൽ ആശുപത്രിയിൽ എത്തിച്ചു അവരെ ചിതയിൽ ചാടി ആത്മാഹൂതി ചെയ്യുവാൻ പ്രേരിപ്പിക്കുകയോ നിർബന്ധിക്കുകയോ ഒക്കെ ചെയ്തവർ 306-ാം വകുപ്പുപ്രകാരമുള്ള കുറ്റമാണ് ചെയ്തിരിക്കുന്നത്. ആത്മഹത്യ ചെയ്യുവാൻ ശ്രമിച്ച വ്യക്തി രക്ഷപ്പെട്ടാൽ തന്നെയും ആ കൃത്യത്തിന് ആ വ്യക്തിയെ

'ആത്മഹത്യാശ്രമത്തെ' ഏറെ സഹതാപപൂർവ്വം അപഗ്രഥിക്കുന്ന നീതിന്യായകോടതി, പക്ഷേ 'ആത്മഹത്യാപ്രേരണ'യെ അതീവ ഗുരുതരമായിട്ടാണു വീക്ഷിക്കുന്നത്.

പ്രേരിപ്പിച്ചവർ ശിക്ഷാർഹരാണെന്ന് കേരള ഹൈക്കോടതി അടുത്ത കാലത്ത് ഒരു വിധിന്യായത്തിലൂടെ വ്യക്തമാക്കിയിട്ടുണ്ട്.

എന്തായാലും ഇന്ത്യൻ ശിക്ഷാനിയമത്തിലെ 309-ാം വകുപ്പ് കുറ്റകൃത്യമായിത്തന്നെ നിലനിൽക്കുന്നത് പൊലീസിന് ഒരുതരത്തിൽ നേട്ടം തന്നെയാണ്. എന്തിനും ഏതിനും സമരകാഹളം മുഴക്കുന്നവരുടെ നാടായ കേരളത്തിൽ ഭരണസിരാകേന്ദ്രമായ സെക്രട്ടറിയേറ്റിന്റെയും ജില്ലാ കലക്ടറുടെ ഓഫീസിനു മുമ്പിലും ഒക്കെ കുടിൽകെട്ടി മരണം വരെ നിരാഹാര സത്യാഗ്രഹം എന്നും മറ്റും ഭീഷണി മുഴക്കുന്നവർ നിരവധിയാണ്. സ്വാതന്ത്ര്യസമരസത്യാഗ്രഹികളും മറ്റും ആത്മാർത്ഥമായി നിരാഹാരസത്യാഗ്രഹം അനേക ദിവസങ്ങൾ നടത്തിയിരുന്നുവല്ലോ. ഇപ്പോഴത്തെ രാഷ്ട്രീയനേതാക്കൾ കുറെക്കൂടി പ്രായോഗിക ബുദ്ധിയുള്ളവരായതുകൊണ്ട് അത്തരം സാഹസങ്ങൾക്കൊന്നും ഇറങ്ങിപ്പുറപ്പെടാറില്ല. പലപ്പോഴും നിരാഹാരം സൂര്യാസ്തമയം വരെ മാത്രവും നിശയുടെ മറവിൽ മൃഷ്ടാന്നഭോജനവുമായി ഭവിക്കാറുണ്ട്. ഈയിടെ ഒരു രാഷ്ട്രീയ യുവസിംഹം രാവിലെ ഒമ്പതു മണിമുതൽ ഉച്ചയ്ക്ക് ഒരു മണി വരെ ദീർഘമായ നിരാഹാരസമരം നടത്തി ജനങ്ങൾക്കുവേണ്ടി ത്യാഗമനുഷ്ഠിച്ചത് വാർത്തയായിരുന്നുവല്ലോ. പക്ഷേ, ഇക്കാലത്തും ചിലരൊക്കെ ശരിക്കും നിരാഹാരമനുഷ്ഠിക്കുന്നവരുണ്ട്. മാവൂരിലെ ഗ്വാളിയർ റയോൺസ് ഫാക്ടറി തുറക്കുവാനാവശ്യപ്പെട്ട് കോഴിക്കോട് നഗരത്തിൽ സമരം നടത്തിയ കെ.അജിതയും അയിനൂർ വാസുവും നീണ്ട 27 ദിവസം നിരാഹാരമനുഷ്ഠിച്ചു. (1988ൽ) ഇത്തരം കടുംപിടുത്തക്കാരെ നേരിടാൻ പൊലീസ് 309-ാം വകുപ്പ് പ്രയോഗിക്കാറുണ്ട്. ആത്മഹത്യാശ്രമത്തിനു ക്രിമിനൽ കേസ് രജിസ്റ്റർ ചെയ്ത് സത്യാഗ്രഹികളെ അറസ്റ്റു ചെയ്ത് ആശുപത്രിയിലാക്കാം. ചില രാഷ്ട്രീയപ്രതിസന്ധികളിൽ സ്റ്റേറ്റിനു പ്രയോഗിക്കുവാൻ പ്രയോജനപ്പെടുന്നതാണ് ഈ നിയമം.

ഭരണഘടനയുടെ 21-ാം വകുപ്പിൽ ഓരോ വ്യക്തിയുടെയും ജീവനും സ്വാതന്ത്ര്യവും അലംഘനീയമായ അവകാശമാണെന്നു വ്യവസ്ഥ ചെയ്തിട്ടുണ്ട്. ജനസംഖ്യയിൽ പകുതിയോളം വ്യക്തികൾ ദാരിദ്ര്യരേഖയ്ക്കു താഴെ ജീവിക്കുന്ന ഒരു രാജ്യത്ത് ആത്മഹത്യയിലൂടെ ജീവനെടുക്കുവാനുള്ള സ്വാതന്ത്ര്യം ഒരു വ്യക്തിക്കും നൽകാവുന്നതല്ല എന്ന് സുപ്രീം കോടതി മേൽപറഞ്ഞ വിധിന്യായത്തിൽ വ്യക്തമാക്കിയിട്ടുണ്ട്.

ആത്മഹത്യാക്ലിനിക്കുകളിലെ അനുഭവം

ആത്മഹത്യാശ്രമത്തിൽ ഉൾപ്പെട്ട് ചികിത്സയ്ക്കായി എത്തുന്നവരെ ആദ്യം സർജിക്കൽ വാർഡുകളിലാണ് പ്രവേശിപ്പിക്കുന്നതെങ്കിലും ജീവൻ രക്ഷിച്ച് ആരോഗ്യം സാധാരണനിലയിലേക്കു മടങ്ങിവന്നതിനു ശേഷം അവരെ മനഃശാസ്ത്രവിദഗ്ധരുടെ ചികിത്സയ്ക്കും നിരീക്ഷണത്തിനും അയച്ചുതുടങ്ങിയത് ഉദ്ദേശ്യം 15 വർഷം മുമ്പാണ്. ഇത്തരക്കാരെ

മനഃശാസ്ത്രവിദഗ്ധരുടെ ചികിത്സയ്ക്ക് വിധേയമാക്കുന്നതിനാണ് ആത്മ ഹത്യാക്ലിനിക്ക് എന്നു പറയുന്നത്. തിരുവനന്തപുരം മെഡിക്കൽ കോള ജിൽ 1993-ലാണ് ഇത് ആരംഭിച്ചത്.

ഇപ്പോൾ ഡോ. അഷ്റഫ് അലി എം.ഡി.യുടെ നേതൃത്വത്തിൽ ഈ സേവനം സൗജന്യമായി നൽകിവരുന്നുണ്ട്. ഇതുവരെയായി ഉദ്ദേശ്യം 3000 വ്യക്തികളെ ഈ വിദഗ്ധസേവന നിരീക്ഷണങ്ങൾക്ക് വിധേയമാ ക്കിയിട്ടുണ്ട്. 2005 വർഷത്തിൽ മാത്രം 362 വ്യക്തികൾക്ക് ഈ ക്ലിനി ക്കിന്റെ സേവനം നൽകി. കൂടാതെ മുൻവർഷങ്ങളിലെ നൂറോളം രോഗി കൾക്ക് പ്രതിരോധമെന്നോണം തുടർന്നു സേവനം നൽകി. 362 വ്യക്തി കളിൽ 56.3 ശതമാനം സ്ത്രീകളും 43.6 ശതമാനം പുരുഷന്മാരുമായി രുന്നു. ആത്മഹത്യകളിൽ ജീവൻ നഷ്ടപ്പെട്ടവരിൽ ഉദ്ദേശ്യം 73 ശത മാനം (വർഷം 2004) പുരുഷന്മാരും 27 ശതമാനം സ്ത്രീകളുമായിരുന്നു എന്നു മനസ്സിലാക്കുമ്പോൾ മറ്റൊരു കാര്യം വ്യക്തമാവുന്നു. ആത്മ ഹത്യാശ്രമം പരാജയപ്പെട്ടവരിൽ കൂടുതൽ ശതമാനം സ്ത്രീകളും വിജയിച്ചവരിൽ കൂടുതൽ പുരുഷന്മാരുമായിരുന്നു.

ആത്മഹത്യാശ്രമത്തിൽ ചികിത്സയ്ക്കെത്തിയ 362 വ്യക്തികളിൽ 87.8 ശതമാനത്തിനും സ്കൂൾതലംവരെമാത്രമേ വിദ്യാഭ്യാസം ലഭി ച്ചിരുന്നുള്ളൂ. പ്രായം തിരിച്ചുള്ള കണക്കുകളും സാമ്പത്തികസ്ഥിതിയെ

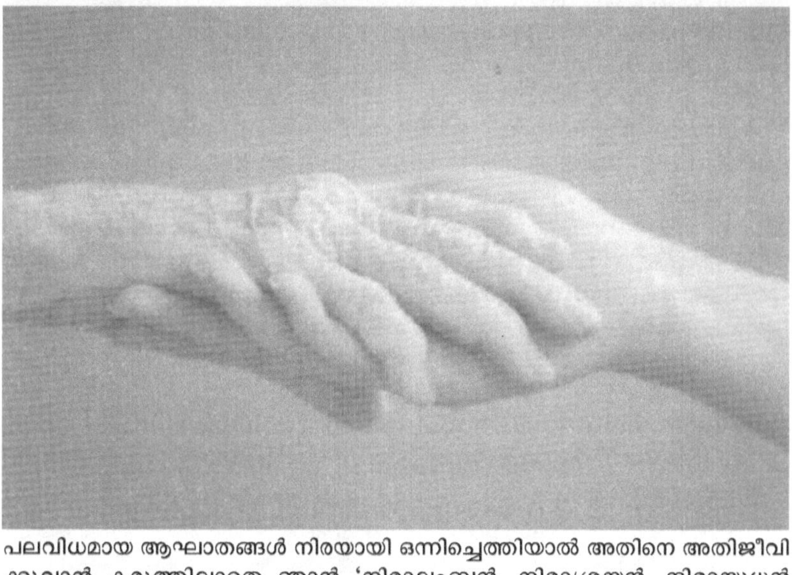

പലവിധമായ ആഘാതങ്ങൾ നിരയായി ഒന്നിച്ചെത്തിയാൽ അതിനെ അതിജീവി ക്കുവാൻ കരുത്തില്ലാതെ ഞാൻ 'നിരാലംബൻ, നിരാശ്രയൻ, നിരായുധൻ എന്നൊക്കെ ചിന്തിച്ചു തുടങ്ങിയേക്കാം. ഈ അവസ്ഥയിൽ ആ വ്യക്തി ആത്മ ഹത്യാമുനമ്പിന്റെ വക്കോളമെത്തിയിരിക്കുന്നു. ഇത്തരം വ്യക്തികളുടെ ചികിത്സ യിൽ മരുന്നുകൾക്ക് തുച്ഛമായ സഹായം മാത്രമേ നൽകാനാവൂ.

പ്പറ്റിയുള്ള വിവരങ്ങളും മറ്റും സൂക്ഷിക്കാറില്ല എന്ന് ഡോ. അഷ്റഫ് അലി വ്യക്തമാക്കി. 2005-ൽ തിരുവനന്തപുരം മെഡിക്കൽ കോളജിൽ ആത്മഹത്യാശ്രമത്തിൽപ്പെട്ടു ചികിത്സയ്ക്കെത്തിയവരിൽ 50 ശതമാനവും ഓർഗനോഫോസ്ഫോറസ് വിഭാഗത്തിൽപ്പെടുന്ന കീടനാശിനികൾ കഴിച്ചാണ് ജീവനൊടുക്കുവാൻ ഒരുമ്പെട്ടത്. മറ്റു വിഷവസ്തുക്കൾ എലി വിഷം. ഫോർമിക് ആസിഡ്, മണ്ണെണ്ണ തുടങ്ങി വീട്ടിൽ ലഭ്യമായ പല വിധ വിഷങ്ങളും ഒന്നിച്ചെടുത്താൽ ആകെയുള്ളതിന്റെ 74 ശതമാനവും ആ വിധത്തിലായിരുന്നു. ഒതളങ്ങ കഴിച്ചവർ 26 പേർ. അതായത് 7.2 ശതമാനം. കെട്ടിത്തൂങ്ങി മരിക്കുവാൻ ശ്രമിച്ചു രക്ഷപ്പെട്ടവർ വെറും 20 മാത്രം. (5.52 ശതമാനം) മറ്റൊരു വിധത്തിൽ പറഞ്ഞാൽ ഈവിധത്തിൽ മരിക്കുവാൻ ശ്രമിച്ചാൽ രക്ഷപ്പെടുത്താവുന്നവർ തുലോം വിരളം. ഏറിയാൽ രണ്ടു മിനിറ്റ് പൂർണ്ണമായ ശ്വാസതടസ്സം ഉണ്ടായാൽ അതിലധികം ആരും ജീവിക്കാറില്ല എന്നതാണ് വൈദ്യശാസ്ത്രം നൽകുന്ന അറിവ്.

ഒരു വ്യക്തിയുടെ ജീവിതത്തിൽ പലവിധമായ ഘടകങ്ങൾ, ആകുലത, പിരിമുറുക്കം (stress) ഇവയൊക്കെ ഉണ്ടാകാറുണ്ട്. ഉദാ.സാമ്പത്തിക ബുദ്ധിമുട്ടുകൾ കുടുംബജീവിതത്തിലെ പ്രശ്നങ്ങൾ, തൊഴിൽ രംഗത്തെ പ്രശ്നങ്ങൾ സ്നേഹിച്ചിരുന്ന ഒരു വ്യക്തിയിൽനിന്നുണ്ടായ തിരസ്കരണം മുതലായവ ഇവ ഏല്പിക്കുന്ന ആഘാതം പലവിധമാകാം. ഓരോ ഘടകത്തിന്റെയും കാഠിന്യം പരിഹരിക്കുവാൻ പോംവഴികളുണ്ടോ ഇല്ലയോ എന്നത് ഓരോ വ്യക്തികളുടെയും സ്വഭാവം. സാംസ്കാരികമായ മാറ്റങ്ങൾ ജീവിതസാഹചര്യങ്ങൾ ഇവയൊക്കെ ഇത്തരം ആഘാതത്തിന്റെ ശക്തി നിർണ്ണയിക്കുന്ന വസ്തുതകളാണ്. പലവിധമായ ആഘാതങ്ങൾ നിരയായി ഒന്നിച്ചെത്തിയാൽ അതിനെ അതിജീവിക്കുവാൻ കരുത്തില്ലാതെ ഞാൻ നിരാലംബൻ, നിരാശ്രയൻ, നിരായുധൻ എന്നൊക്കെ ചിന്തിച്ചുതുടങ്ങിയേക്കാം. ഈ അവസ്ഥയിൽ ആ വ്യക്തി ആത്മഹത്യാമുനമ്പിന്റെ വക്കോളമെത്തിയിരിക്കുന്നു. ഇത്തരം വ്യക്തികളുടെ ചികിത്സയിൽ മരുന്നുകൾക്ക് തുച്ഛമായ സഹായം മാത്രമേ നൽകാനാവൂ എന്ന് ഡോ. അഷ്റഫ് അലി വെളിപ്പെടുത്തി. ആത്മവിശ്വാസം നൽകുക, പ്രചോദനം നൽകുക, വ്യക്തിയുടെ ജീവിതസാഹചര്യങ്ങളിൽ ഫലപ്രദമായി ഇടപെടുക. ഒരു കൈതാങ്ങി നടത്തുക, സ്വന്തം കാലിൽ നിൽക്കാൻ കഴിവ് നൽകുക, ഗുരുതരമായ അവസ്ഥയിൽമാത്രം മാനസികരോഗചികിത്സ (സൈക്യാട്രി) നൽകുക ഇതൊക്കെയാണ് ആത്മഹത്യാക്ലിനിക് നൽകിയ അനുഭവപാഠങ്ങളെന്ന് അദ്ദേഹം പറഞ്ഞു.

ഇതേരീതിയിൽ കോട്ടയം മെഡിക്കൽകോളജിലും 2002 മുതൽ ആത്മഹത്യാക്ലിനിക്ക് പ്രവർത്തിച്ചുവരുന്നുണ്ട്. കഴിഞ്ഞ അഞ്ചു വർഷമായി ഇതിനു നേതൃത്വം നൽകിവരുന്നത് സൈക്യാട്രി വിഭാഗം അസിസ്റ്റന്റ് പ്രൊഫസർ ഡോ.വി.സതീഷ് എം.ഡി. ആണ്. ഇതിനുപുറമെ ആരോഗ്യ പരിപാലന രംഗത്തു പ്രവർത്തിച്ചു വരുന്ന ജൂനിയർ ഡോക്ടർമാർ,

നഴ്സുമാർ, മെഡിക്കൽ നഴ്സിങ് വിദ്യാർത്ഥികൾ, സ്വകാര്യ സേവന സംഘനകൾ (നോൺ ഗവൺമെന്റൽ ഓർഗനൈസേഷൻസ്) യുവജന സംഘടനകൾ കുടുംബശ്രീ പോലെയുള്ള സ്വയംസേവനസംഘങ്ങൾ ഇവയുടെ പ്രവർത്തകർ മുതലായവർക്കുവേണ്ടി ബോധവൽക്കരണപഠന ക്ലാസ്സുകളും ഇദ്ദേഹം നടത്തിവരുന്നു. ഇതുവരെയായി 956 വ്യക്തികൾക്ക് ആത്മഹത്യാക്ലിനിക്കിന്റെ സേവനം ലഭ്യമാക്കിയിട്ടുള്ളതായി ഡോ.സതീഷ് വെളിപ്പെടുത്തി. അഞ്ഞൂറു വ്യക്തികളുടെ വിവരങ്ങൾ ക്രോഡീകരിച്ച് അപഗ്രഥിച്ച് പഠനം നടത്തിയപ്പോൾ മനസ്സിലാക്കുന്നത് 18-നും 35-നും ഇടയ്ക്ക് പ്രായമുള്ളവർ ഇതിൽ 56.6 ശതമാനം ആയിരുന്നു. 18-നും 50-നും ഇടയ്ക്കു പ്രായമുള്ളവരായിരുന്നു. ആത്മഹത്യയ്ക്കു തുനിഞ്ഞ 500-ൽ 80 ശതമാനവും ഇവിടെയും തിരുവനന്തപുരത്തെന്നപോലെ 80 ശതമാനം വ്യക്തികൾക്കും സ്കൂൾ തലംവരെ മാത്രമേ വിദ്യാഭ്യാസമുണ്ടായിരുന്നുള്ളൂ. കൂടാതെ സുപ്രധാനമായ ഒരു കണ്ടെത്തൽ പുരുഷന്മാരിൽ 51 ശതമാനവും ആത്മഹത്യാശ്രമത്തിനു മുമ്പായി മദ്യപിച്ചിരുന്നു എന്നുള്ളതാണ്. ദുഃഖങ്ങൾക്ക് അവധികൊടുത്ത് സ്വർഗ്ഗത്തിൽ മുറിയെടുക്കുവാൻ മദ്യമാണ് മോഹനമാർഗ്ഗമെന്നു പല രസികശിരോമണികളും പ്രചരിപ്പിക്കുന്നുണ്ടെങ്കിലും ഇവിടെ തെളിഞ്ഞു വരുന്ന മദ്യത്തിന്റെ ചിത്രം മരണത്തിന്റെ നിഴൽവീണ താഴ്വരകളിലേക്കു നയിക്കുന്ന വിനാശകാരി എന്നാണ്.

ലതികയുടെയും സുനിതയുടെയും കഥ

2005 ഏപ്രിൽ-മെയ് മാസങ്ങളിൽ തിരുവനന്തപുരം മെഡിക്കൽ കോളേജ് അധികൃതരുടെ സൗമനസ്യപൂർണ്ണമായ സഹകരണംമൂലം ഗ്രന്ഥകാരന് ആത്മഹത്യാക്ലിനിക്കിൽ ഒരു നിരീക്ഷകനായി പങ്കെടുക്കുവാൻ സാധിച്ചു. കുറെയേറെ വ്യക്തികളുമായി ആശയവിനിമയത്തിന് അവസരമുണ്ടായി. പരിപൂർണ്ണമായി സമ്മതം നൽകിയ 27 വ്യക്തികളിൽ നിന്നും അവരെ ആത്മഹത്യയിലേക്കു നയിച്ച് ജീവിതസാഹചര്യങ്ങൾ ആത്മഹത്യ ചെയ്യുവാൻ തയ്യാറായ നിമിഷങ്ങളിലുണ്ടായിരുന്ന വിചാരവീചികൾ മുതലായവ ഹൃദിസ്ഥമാക്കി. ഇവരിൽ 89 ശതമാനവും (24 വ്യക്തികൾ) 15-നും 45-നും ഇടയ്ക്കു പ്രായമുള്ളവരായിരുന്നു. 16 വ്യക്തികളാവട്ടെ 15-നും 30-നും ഇടയ്ക്കു പ്രായമുള്ള യുവാക്കൾ/യുവതികൾ. സ്കൂൾതലംവരെ മാത്രം വിദ്യാഭ്യാസമുള്ളവരാണ് 88 ശതമാനവും. മാത്രമല്ല വാർഷികവരുമാനം 18000 രൂപയോ അതിനു താഴെയോ മാത്രം വരുമാനമുള്ളവരാണ് 89 ശതമാനം.

നാലു ശതമാനം വ്യക്തികൾ മാത്രമേ (ഒരാൾ മാത്രം) ദിവസേന മദ്യപിക്കുന്ന വിഭാഗത്തിൽപ്പെടുന്നുള്ളൂവെങ്കിലും 15 ശതമാനവും മിക്കവാറും മദ്യപിക്കുന്ന വിഭാഗത്തിൽപ്പെടുന്നവരാണ്. മേൽപ്പറഞ്ഞതെല്ലാം ചേർത്തുവായിക്കുമ്പോൾ കിട്ടുന്നത് 27-ൽ 16 വ്യക്തികളും

സാമ്പത്തികമായ പ്രയാസങ്ങളും കടബാധ്യതയും അനുഭവിക്കുന്നവരും വിദ്യാഭ്യാസം കുറഞ്ഞവരുമാണെന്ന സത്യമാണ്.

കണ്ടുമുട്ടിയ രണ്ടു വ്യക്തികളുടെ ജീവിതകഥയുടെ ഒരു രേഖാചിത്രം ഇവിടെ നൽകുന്നത് പലർക്കും പ്രയോജനകരമാകുമെന്നു കരുതുന്നു.

ആദ്യത്തെയാൾ മുപ്പത്തിയഞ്ച് വയസ്സുള്ള ലതിക (യഥാർത്ഥ പേരല്ല) യാണ് ഉദ്ദേശ്യം മൂന്നുവർഷം മുമ്പ് ഭർത്താവിൽ നിന്നുള്ള അവഗണ നയും നിന്ദയുംമൂലം ലതിക ആത്മഹത്യയ്ക്കു ശ്രമിച്ചു. ഒതളങ്ങ കഴിച്ചു അവശനിലയിലായി. ഭർത്താവിന്റെ വീട്ടുകാർ പെട്ടെന്നു മെഡിക്കൽ കോളജിൽ എത്തിച്ചു. അവിടെ കിട്ടിയ ചികിത്സമൂലം രക്ഷപ്പെട്ടു. രണ്ടു കുട്ടികളുണ്ട്. അവരെ സംരക്ഷിക്കുവാൻ ഒരു സ്ഥാപനത്തിൽ സെയിൽസ് ഗേളായി പണിയെടുത്തുതുടങ്ങി. ഭർത്താവ് ഇടയ്ക്കിടെ കുട്ടികളെ കാണാൻ വരും. അവരുടെ പഠനത്തെപ്പറ്റിയും ഒക്കെ അന്വേഷിക്കും. അമ്മയുടെകൂടെ നിന്നാൽ ജീവിതം തുലഞ്ഞു പോകുമെന്നൊക്കെ പറയും. ലതികയോട് ഒരു വാക്കുപോലും സംസാരിക്കില്ല. സ്വന്തം വീടി ല്ലാത്തതുകൊണ്ട് ഭർത്താവിന്റ വീട്ടുകാരുടെ അവഹേളനം സഹിച്ചു കൊണ്ട് അവിടെ ദുഃഖിതയായി കഴിഞ്ഞു. ഭർത്താവിനു മറ്റൊരു സ്ത്രീയുമായി ബന്ധമുണ്ടായിരുന്നു. അവളുടെകൂടെ ഭർത്താവെന്ന പോലെ ജിവിക്കുന്നു. ഈ രാജ്യത്തെ നീതിന്യായവ്യവസ്ഥയ്ക്ക് ലതി കയെ സഹായിക്കുവാൻ കഴിയില്ല. അവളെ സ്വന്തം വീട്ടുകാർക്കോ ഭർത്താവിന്റെ വീട്ടുകാർക്കോ സമുദായത്തിനോ വേണ്ട. സ്നേഹിതരു മില്ല. ഈ കറുത്ത യാഥാർത്ഥ്യങ്ങളുടെ കൂരിരുട്ടിൽ ഏകയായി എന്നു തോന്നിയപ്പോൾ 2006 ഏപ്രിൽ മാസം ഉറക്കഗുളികകൾ കുറെയേറെ കഴിച്ചു. വീണ്ടും അവൾ മെഡിക്കൽ കോളജ് സർജിക്കൽ വാർഡിലേക്ക്. ഡോക്ടർമാർ ലതികയെ വീണ്ടും രക്ഷപ്പെടുത്തി. എന്തിനായിരുന്നു ഇങ്ങനെ തന്നെ രക്ഷപ്പെടുത്തിയത്. 'വീണ്ടും ആ നശിച്ച വീട്ടിലേക്കും ജീവിതത്തിലേക്കും തന്നെയല്ലേ ഞാൻ പോകേണ്ടത്' എന്ന് ലതികയുടെ ചോദ്യത്തിന് ഉത്തരം നൽകുവാൻ എനിക്കു കഴിഞ്ഞില്ല. രക്ഷിച്ച ഡോക്ടർമാർക്കും കഴിഞ്ഞില്ല.

രണ്ടാമത്തേത് സുനിത (യഥാർത്ഥപേരല്ല) 22 വയസ്സുള്ള യുവതി ആത്മഹത്യാക്ലിനിക്കിൽ ഒറ്റയ്ക്കാണു വന്നത്. കുടുംബജീവിതത്തിലെ അസ്വസ്ഥതകൾമൂലം മനസ്സുമടുത്താണ് ഉദ്ദേശ്യം നാലു വർഷം മുമ്പ് വിഷംകഴിച്ച് ആത്മഹത്യയ്ക്കു ശ്രമിച്ചത്. ആത്മഹത്യാക്ലിനിക്കിൽ നിന്നും നൽകിയ നിർദ്ദേശങ്ങൾപ്രകാരം മനോരോഗത്തിനു ചികിത്സനടത്തി. തുടർന്ന് മുടങ്ങാതെ നാലു വർഷമായി ക്ലിനിക്കിൽ എത്താറുണ്ട്. സുനിത ഒരു ചെറുചിരിയോടെ തുറന്നു സമ്മതിച്ചു. തനിക്ക് സംശയരോഗം ഉണ്ടാ യിരുന്നു. ഭർത്താവിന് അന്യസ്ത്രീകളുമായി പ്രേമബന്ധമുണ്ടെന്നു സംശയിച്ചായിരുന്നു. പതിവായി കുടുംബകലഹം ഉണ്ടായിരുന്നത് ഇപ്പോൾ കുടുംബജീവിതത്തിൽ സാമാന്യം സന്തോഷംതന്നെയാണ്.

ഇതിനിടയിൽ ഒരു കുട്ടി കൂടി ജനിച്ചു. ലജ്ജാവിവശതയൊന്നുമില്ലാതെ അവൾ പറഞ്ഞു.

"ഇപ്പോൾ ചേട്ടന് എന്നോട് വല്യ ഇഷ്ടമാ."

ആത്മഹത്യാക്ലിനിക്കിന്റെ വിജയഗാഥയ്ക്ക് ജീവിക്കുന്ന ഒരു സാക്ഷി.

പ്രത്യാശയിലേക്ക് ഒരു ചുവട്

ആത്മഹത്യാശ്രമത്തെ അതിജീവിച്ച 27 വ്യക്തികളുടെ അനുഭവങ്ങൾ പഠിച്ചപ്പോൾ വ്യക്തമാകുന്നത് 34 ശതമാനം പേരും സാമ്പത്തിക പ്രതിസന്ധിമൂലമാണ് ഈ സാഹസത്തിനു മുതിർന്നതെന്നാണ്. 52 ശതമാനമാകട്ടെ കുടുംബജീവിതത്തിലെ അസ്വസ്ഥതകളാണ് തങ്ങളെ കൃത്യത്തിനു പ്രേരിപ്പിച്ചതെന്നു പറഞ്ഞു. 27 വ്യക്തികളിൽ ഒരാൾക്ക് നേരത്തേ തന്നെ മാനസികമായ അസ്വസ്ഥതയ്ക്കു ചികിത്സയുണ്ടായിരുന്നു. മറ്റൊരാൾക്കാകട്ടെ വ്യക്തമായ ഒരു കാരണവും പറയാനില്ലായിരുന്നു. പെട്ടെന്നുണ്ടായ ഒരു വിഷാദമൂകത ജീവിതം അവസാനിപ്പിക്കുവാൻ തന്നെ പ്രേരിപ്പിച്ചു എന്നാണ് പറഞ്ഞത്. എന്നാൽ എല്ലാവരും തന്നെ തല കുലുക്കി. ചിലരൊക്കെ മുഖം കുനിച്ചു പശ്ചാത്താപത്തോടെയും പറഞ്ഞുവച്ചൊരു കാര്യമുണ്ട്. ആത്മഹത്യചെയ്യാൻ മുതിരേണ്ടിയിരുന്നില്ല. ജീവിക്കുവാൻ ഇനിയും ആഗ്രഹമുണ്ട്. പ്രശ്നങ്ങളൊക്കെ ബാക്കിയാണെങ്കിൽകൂടി. ഇതു കേട്ടപ്പോൾ ഹൃദയത്തിന്റെ ശർക്കരപ്പന്തലിൽ തേൻമഴ പെയ്യുന്ന അനുഭവമാണുണ്ടായത്. ഒരിക്കലും തിരിച്ചുവരാനാവാത്ത അഗാധഗർത്തത്തിലേക്ക് കാലിടറിവീഴുന്ന ഹതഭാഗ്യരെ വീഴാതെ താങ്ങിനിറുത്തുവാൻ, വിഷാദത്തിന്റെ കരിമ്പായൽ മൂടിയ വഴുവഴുപ്പുള്ള പാറയിൽ നിന്നു പ്രത്യാശയുടെ സൂര്യവെളിച്ചത്തിലേക്കു കൈപിടിച്ചു കയറ്റുവാൻ തെളിമയാർന്നൊരു വഴി തെളിഞ്ഞുകാണുകയായിരുന്നു മുന്നിൽ. അതെ, ആത്മഹത്യകളില്ലാത്ത ഒരു ജീവിതം നമുക്ക് സുസാധ്യമാണ്.

ആത്മഹത്യകൾ തടയുവാൻ കർമ്മപദ്ധതി

ഇതുവരെ ചർച്ചചെയ്ത ഗവേഷണപഠനങ്ങളുടെ വെളിച്ചത്തിൽ ആത്മഹത്യാവിപത്തിനെ നേരിടാനും സമൂഹത്തിൽ ജീവനും ജീവിതവും സമൃദ്ധമായി ഉണ്ടാകുവാനുമുള്ള ചില കർമ്മപരിപാടികളെപ്പറ്റി നമുക്ക് ചിന്തിക്കാം.

ക്ലിനിക്കുകൾ, ബോധവത്കരണപരിപാടികൾ

കേരളത്തിലെ ആത്മഹത്യകൾ കഴിഞ്ഞ കുറെയധികം വർഷങ്ങളായി മാധ്യമങ്ങൾ ഏറെ ചർച്ചചെയ്യുന്നുണ്ട്. എന്നാൽ സാമ്പത്തിക പ്രശ്നങ്ങളും കുടുംബാന്തർഭാഗത്തെ അസ്വസ്ഥതകളും രോഗങ്ങളും അലട്ടുമ്പോൾ അതിജീവനത്തിനുള്ള വഴികൾ തുറന്നുകിട്ടുന്നില്ല. സഹായകന്റെ ആശ്വാസകരങ്ങൾ കാണാനില്ലാതെയാണ് ആത്മഹത്യയ്ക്ക് ഇരയായ ഹതഭാഗ്യരേറെയും ജീവൻ വെടിഞ്ഞത്. ഇവർക്ക് പ്രത്യാശയുടെ ഒരിത്തിരി വെട്ടം പകർന്നു നൽകുവാൻ ആത്മഹത്യാനിവാരണ ക്ലിനിക്കുകൾ എല്ലാ മെഡിക്കൽ കോളജുകളിലും ആരംഭിക്കേണ്ടതാണ്. സർക്കാർ സ്ഥാപനങ്ങളെപ്പോലെതന്നെ സ്വകാര്യമേഖലയിലുള്ള മെഡിക്കൽകോളജുകളും വൻകിട ആശുപത്രികളും ഇക്കാര്യത്തിൽ അല്പം ശ്രദ്ധവച്ചാൽ വളരെയേറെ സംഭവങ്ങൾ ഒഴിവാക്കാനാവും.

60 കഴിഞ്ഞ സീനിയർ പൗരന്മാരുടെ ആത്മഹത്യകൾ കേരളത്തിലാണ് മറ്റു സംസ്ഥാനങ്ങളിലേക്കാൾ കൂടുതലായി ഉണ്ടാവുന്നത്. മാതാപിതാക്കളും പ്രായമുള്ള മറ്റു വ്യക്തികളും കമ്പോളവൽക്കരണത്തിന്റെ ഇരകളാവാൻ പാടുള്ളതല്ല. സാമ്പത്തികമായി മറ്റുള്ളവരെ ആശ്രയിക്കേണ്ട അവസ്ഥ, കൂടുവിട്ടു പറന്നകന്ന മക്കളിൽനിന്നുള്ള അവഗണന രോഗാവസ്ഥയിൽ നിരാശ്രയബോധം ഇതൊക്കെയാണ് ഒരുപാട് ഓണമുണ്ട് ഈ മുതിർന്നവരെ ജീവനൊടുക്കുവാൻ പ്രേരിപ്പിക്കുന്നത്. അതുകൊണ്ട് കൂടുതൽ വൃദ്ധസദനങ്ങൾ, വാർദ്ധക്യകാല വിശ്രമകേന്ദ്രങ്ങൾ കേരളത്തിൽ ആവശ്യമാണ്. സ്വകാര്യവ്യക്തികൾ ലക്ഷങ്ങൾ നിക്ഷേപം

വാങ്ങി നടത്തുന്ന സ്ഥാപനങ്ങൾ ഈ ദുരവസ്ഥയ്ക്കു പരിഹാരമല്ല. സാമൂഹികക്ഷേമവകുപ്പും സേവനപ്രതിബദ്ധതയുള്ള മതസംഘടനകളും ഈ രംഗത്ത് കൂടുതൽ കടന്നുവരേണ്ടിയിരിക്കുന്നു.

ജീവൻ അമൂല്യമാണ്, ജീവനു പകരം വെയ്ക്കുവാൻ മറ്റൊന്നില്ല എന്നിങ്ങനെയുള്ള സന്ദേശങ്ങൾ സമൂഹത്തിലാകെ ഒരു ഗംഗാപ്രവാഹം പോലെ ഒഴുകിയെത്തേണ്ടിയിരിക്കുന്നു. ബോധവത്കരണപരിപാടികൾ പല മേഖലയിൽ പ്രവർത്തിക്കുന്നവർക്കും ആവശ്യമാണ്, ആരോഗ്യ മേഖലയിൽ ഡോക്ടർമാർക്കും നഴ്സുമാർക്കും മെഡിക്കൽ നഴ്സിങ്ങ് വിദ്യാർത്ഥികൾക്കും അതുപോലെതന്നെ സർക്കാർ ഉദ്യോഗസ്ഥന്മാർക്കും പെൻഷൻ പറ്റി പിരിഞ്ഞവർക്കും ബാങ്കുകളിലും മറ്റു ധനകാര്യസ്ഥാപനങ്ങളിൽ ജോലി ചെയ്യുന്നവർക്കും ഒക്കെത്തന്നെ ഇതു നൽകണം. സാമൂഹ്യക്ഷേമവകുപ്പിന്റെ കീഴിലുള്ള സ്ഥാപനങ്ങൾ സ്കൂൾ, കോളേജ് വിദ്യാർത്ഥികൾ കുടുംബശ്രീപോലെയുള്ള സ്വയംസഹായസംഘങ്ങൾ ഇവയിലൂടെയൊക്കെ ജീവന്റെ അമൂല്യതയെപ്പറ്റി സന്ദേശങ്ങൾ പ്രചരിക്കട്ടെ. നാഷണൽ കേഡറ്റ് കോറിനും നാഷണൽ സർവീസ് സ്കീമിനും ദേശീയ സമ്പാദ്യപദ്ധതിപ്രവർത്തകർക്കും പൊതുമേഖലാ സ്ഥാപനങ്ങൾക്കും പഞ്ചായത്ത് മുനിസിപ്പാലിറ്റി അധികൃതർക്കും ഒക്കെ ഈ പ്രചാരണത്തിൽ പങ്കാളികളാകാം. ദൂരദർശനും വിനോദപരിപാടികൾ ഏറെ സൃഷ്ടിക്കുന്ന സ്വകാര്യ ടെലിവിഷൻ ശൃംഖലയ്ക്കും ഇതിൽ കർത്തവ്യമുണ്ട്, പ്രാധാന്യമുണ്ട്. ബാദ്ധ്യതയുണ്ട്.

വിവിധ സമുദായനേതാക്കന്മാർ തങ്ങളുടെ സംഘടനാശക്തി സമാഹരിച്ചുകൊണ്ട്, ആത്മഹത്യകളിലൂടെ നഷ്ടപ്പെടുന്ന ജീവിതങ്ങളെ, തകരുന്ന കുടുംബങ്ങളെ കഴിയുംവിധം രക്ഷിക്കുവാൻ വിവിധ കാര്യപരിപാടികൾ തയ്യാറാക്കുന്നത് വളരെ ഫലപ്രദമായിരിക്കും. വിവിധ സംഘടനകൾക്ക് ഇത്തരം സഹായം ആവശ്യമായിരിക്കുന്നവരെ കണ്ടെത്തുവാൻ ബുദ്ധിമുട്ടുണ്ടാവില്ല. കടബാധ്യതയുള്ളവരെ ബ്ലേഡു കമ്പനിക്കാരിൽ നിന്നും മീറ്റർ പലിശക്കാരിൽനിന്നും രക്ഷിക്കുവാൻ മൈക്രോഫൈനാൻസ് ഉദാരമായി നൽകുക. ദീർഘവും പണച്ചെലവുള്ളതുമായ ചികിത്സ ആവശ്യമുള്ളവർക്ക് അത്തരം സൗകര്യങ്ങൾ എത്തിച്ചു കൊടുക്കുക. വൃദ്ധസദനങ്ങൾ കൂടുതലായി തുടങ്ങുക, ബലാത്സംഗത്തിലൂടെയും അഗമ്യഗമനത്തിലൂടെയും മറ്റും ഗർഭവതികളാകുന്ന സ്ത്രീകളെ സംരക്ഷിക്കുക, കുഞ്ഞുങ്ങളെ ദത്തെടുക്കൽ, കേന്ദ്രങ്ങളിൽ എത്തിക്കുക, വൈവാഹികബന്ധങ്ങളിലെ താളപ്പിഴകൾ പരിഹരിക്കുവാൻ കൗൺസിലിങ് കേന്ദ്രങ്ങൾ നടത്തുക, ബോധവത്കരണ പരിപാടികൾ സംഘടിപ്പിക്കുക മുതലായ അനേകം കാര്യങ്ങൾ സാമുദായിക സർവീസ് സംഘടനകൾക്ക് ഏറ്റെടുത്തു നടത്തുവാൻ സാധിക്കും.

പുതിയ ഗവൺമെന്റ് നയം വേണം

കേരളത്തിൽ ധാരാളം ആശുപത്രികളുണ്ട്. ചികിത്സാസൗകര്യങ്ങൾക്ക് കുറവൊന്നുമില്ല എന്നതൊക്കെ സത്യമാണ്. എങ്കിലും സർക്കാർ വക ആശുപത്രികളിൽ വേണ്ടത്ര മരുന്നുകളും രോഗനിർണ്ണയത്തിനുള്ള യന്ത്രസംവിധാനങ്ങളും ആവശ്യമായ രീതിയിൽ ലഭ്യമാവണമെന്നില്ല. താഴ്ന്ന വരുമാനക്കാർക്ക് ആധുനിക സൗകര്യങ്ങളുള്ള വൻകിടസ്വകാര്യ ആശുപത്രികൾ മിക്കവാറും അപ്രാപ്യവുമാണ്. ഈ ദുരവസ്ഥയിൽ

കുഞ്ഞുങ്ങളിൽ ആരോഗ്യകരമായ മതബോധവും ഈശ്വരബോധവും വളർത്തുന്നത് ആരോഗ്യകരമായ ജീവിതവീക്ഷണവും ശക്തമായ മനസ്സും ഉദാത്തമായ മാനവികതയും അവരിൽ വികസിക്കാൻ സഹായിക്കുന്ന സംഗതിയാണെന്ന് എമിൽ ഡുർക്കെയിം കണ്ടെത്തുന്നുണ്ട്. ആത്മഹത്യ നിവാരണയജ്ഞങ്ങളിൽ മുഴുകുമ്പോൾ നാമിതോർക്കേണ്ടതുണ്ട്.

ഇത്തരം വിഭാഗക്കാർക്കെങ്കിലും ഒരു വിപുലമായ ആരോഗ്യപരിപാലന ഇൻഷൂറൻസ് പദ്ധതി നടപ്പാക്കാനുള്ള യത്നങ്ങൾ സർക്കാരിന്റെ ഭാഗത്തുനിന്നുമുണ്ടാവണം. ദീർഘവും ചെലവേറിയതുമായ ചികിത്സ ആവശ്യമായിവരുന്ന അർബുദം, ക്ഷയരോഗം, രക്തസമ്മർദ്ദം, പ്രമേഹം, വാഹനാപകടങ്ങൾ, പക്ഷാഘാതം. മുതലായവയൊക്കെ ഈ ഇൻഷൂറൻസ് പദ്ധതിയിൽ ഉൾപ്പെടുത്തണം. ഇത്തരം രോഗങ്ങൾ ബാധിച്ച നിർദ്ധന വ്യക്തികൾ ചികിത്സാച്ചെലവ് താങ്ങാനാവാതെ ആത്മഹത്യ ചെയ്യുന്ന അവസ്ഥ ഈ രീതിയിൽ കുറെയൊക്കെ പരിഹരിക്കാൻ കഴിയും.

ഗാർഹികപീഡനം, കുടുംബകലഹം, വൈവാഹിക ജീവിതത്തിലെ താളപ്പിഴകൾ ഇവയൊക്കെ കേരളത്തിലെ ആത്മഹത്യകൾക്കുള്ള ഒരു പ്രധാന കാരണമാണ്. കേരള വനിതാകമ്മീഷൻ, കുടുംബകോടതികൾ, പൊലീസ്‌വകുപ്പിലെ വനിതാസെല്ലുകൾ ഇവയൊക്കെ ഇത്തരം പദ്ധതികൾ കൈകാര്യം ചെയ്യുന്നുണ്ടെങ്കിലും വിവാഹമോചനങ്ങൾക്കു കുറവൊന്നുമില്ല. വിദഗ്ധരായ കൗൺസിലർമാരുടെ സേവനം ഇത്തരം പ്രശ്നങ്ങൾ കൈകാര്യം ചെയ്യുവാൻ ആവശ്യമാണ്. അത്തരം കൗൺസിലിങ് കേന്ദ്രങ്ങൾ കൂടുതലായി ഉണ്ടാവണം. അവയ്ക്കു സാമൂഹികക്ഷേമ വകുപ്പിന്റെ അംഗീകാരവും സാമ്പത്തികസഹായവും ലഭ്യമാവണം. ഇക്കാര്യത്തിലും സ്വകാര്യ സംഘടനകൾക്ക് (നോൺ-ഗവൺമെന്റൽ ഓർഗനൈസേഷൻസ്) ഫലപ്രദമായി പ്രവർത്തിക്കുവാൻ കഴിയും. ഇപ്പോൾത്തന്നെ സംസ്ഥാനത്ത് പ്രമുഖ നഗരങ്ങളിൽ അത്തരം സ്ഥാപനങ്ങൾ പ്രവർത്തിച്ചുവരുന്നുണ്ട്. കൂടുതൽ ചെറുപട്ടണങ്ങളിലേക്കും ഇവയുടെ പ്രവർത്തനം വ്യാപിപ്പിക്കേണ്ടിയിരിക്കുന്നു. നല്ല രീതിയിൽ പ്രവർത്തിക്കുന്ന കേന്ദ്രങ്ങൾക്ക് സാമ്പത്തികസഹായവും അംഗീകാരവും സർക്കാർ നൽകണം, സ്വകാര്യസംരംഭകരും ഇവയെ പ്രോത്സാഹിപ്പിക്കേണ്ടതാണ്. ബാങ്കുകളുടെയും മറ്റും സാമൂഹികക്ഷേമപരിപാടികളിൽ ഇത്തരം പ്രവർത്തനങ്ങൾക്കുള്ള സഹായവും പ്രോത്സാഹനവും ഉൾപ്പെടുത്താവുന്നതാണ്.

മദ്യവിരുദ്ധവിപ്ലവത്തിന്റെ ആവശ്യം

മദ്യവ്യാപാരത്തെ ഒരു ധനാഗമ മാർഗ്ഗമായി സർക്കാർ എക്കാലവും പരിഗണിച്ചിരുന്നു. ഇപ്പോഴൊത്തെ വിദേശമദ്യകുത്തക വ്യാപാരവും സർക്കാർ ഉടമയിലുള്ള കേരളാ സ്റ്റേറ്റ് ബീവറിജേസ് കോർപ്പറേഷനാണ് നടത്തുന്നത്. 2005-ൽ ഇതുവഴി ലഭിച്ച വിറ്റുവരവ് 2660 കോടി രൂപയായിരുന്നു. വിൽപ്പന നടത്തിയതാകട്ടെ 1788 ലക്ഷം കുപ്പി മദ്യവും സർക്കാരിന്റെ ആകെ റവന്യൂ വരുമാനത്തിന്റെ 22 ശതമാനം മദ്യവ്യാപാരത്തിൽ നിന്നാണ് ലഭിക്കുന്നത്. 2012-13 സാമ്പത്തികവർഷം ബീവറേജസ് കോർപ്പറേഷൻ 245 ലക്ഷം പെട്ടി വിദേശമദ്യവും 101.60 ലക്ഷം

പെട്ടി ബിയറുമാണ് വിറ്റഴിച്ചത്. കോർപ്പറേഷനു ലഭിച്ച ആകെ വരുമാനം 8818 കോടി രൂപയായിരുന്നു. അതിൽ നിന്നും 7240.89 കോടി രൂപ സർക്കാർ വിഹിതമായി നൽകി.

മദ്യവർജ്ജനവും ലഹരിവിരുദ്ധപ്രചരണവും സർക്കാരിന്റെ പ്രഖ്യാപിത നയമാണ്. (പ്രകടനപത്രികയിലും മറ്റും ഇങ്ങനെ രേഖപ്പെടുത്തിയിട്ടുണ്ട്.) ഈ നയം നടപ്പിലാക്കുവാനുള്ള ചുമതല സർക്കാർ നൽകിയിരിക്കുന്നത് കള്ളുഷാപ്പുകൾ, ബാർ ഹോട്ടലുകൾ മുതലായവയുടെ ലൈസൻസുകൾ നൽകുകയും അബ്കാരിനിയമം നടപ്പിലാക്കി സർക്കാരിന് വരുമാനമുണ്ടാക്കിക്കൊടുക്കുകയും ചെയ്യുന്ന എക്സൈസ് വകുപ്പിനുതന്നെയാണ്. എക്സൈസ് വകുപ്പിലും ഉദ്യോഗസ്ഥരും മദ്യവ്യവസായികളും തമ്മിൽ അവിശുദ്ധ ബന്ധങ്ങൾ എല്ലാവർക്കുമറിയാം. അതേ ഉദ്യോഗസ്ഥർതന്നെ മദ്യവർജ്ജന/ലഹരിവിരുദ്ധ പ്രചരണങ്ങളുടെ ചുക്കാൻ പിടിക്കുന്ന അവസ്ഥ. എന്തൊരു വിരോധാഭാസം!

മനോരാഗചികിത്സയും കീടനാശിനി നിർമാർജ്ജനവും

മനോരോഗചികിത്സയും വിദഗ്ധോപദേശവും ആവശ്യമായിട്ടുള്ളവരെ അതിനു പ്രേരിപ്പിക്കുകയും വേണ്ടിവന്നാൽ അവരെ അത്തരം ആശുപത്രികളിൽ കിടത്തി ചികിത്സിക്കുകയും ചെയ്യേണ്ടതാണ്. പ്രശ്നം ഗുരുതരമായി. ജീവിതത്തിൽ ഒരു സ്ഫോടനം തന്നെ ഉണ്ടായേക്കാവുന്ന അവസ്ഥയെ മുൻകൂട്ടി കണ്ടെത്തി ആവശ്യമായ നടപടികൾ എടുക്കേണ്ടതാണ്. കേരളത്തിൽ മറ്റു സംസ്ഥാനങ്ങളേക്കാൾ മാനസികരോഗികളുടെ എണ്ണം കൂടുതലാണെന്ന് നാഷണൽ സാമ്പിൾ സർവ്വേ ഓർഗനൈസേഷന്റെ പഠനത്തിൽ കണ്ടെത്തിയിട്ടുള്ളത് ഇവിടെ പ്രസക്തമാണ്. കേരളത്തിൽ ഒരു ലക്ഷത്തിൽ 272 വ്യക്തികൾക്ക് മാനസിക അസ്വസ്ഥതയുണ്ടത്രേ. ദേശീയ ശരാശരി എണ്ണമാകട്ടെ 105 മാത്രമാണ്.

കീടനാശിനികളും മാരകമായ മറ്റു വിഷവസ്തുക്കളും ആർക്കും എപ്പോഴും പീടികയിൽ ചെന്നു വാങ്ങാനാവുന്ന അവസ്ഥയ്ക്ക് മാറ്റം വരുത്തുവാൻ സർക്കാർ തലത്തിൽ നടപടികൾ വേണ്ടതാണ്. കാർഷികവൃത്തിക്ക് ഇത്തരം പദാർത്ഥങ്ങൾ ആവശ്യമാണ് എന്നത് അംഗീകരിച്ചുകൊണ്ടുതന്നെ യാതൊരു നിയന്ത്രണവുമില്ലാത്ത വിപണനവും വീടുകളിൽ അലക്ഷ്യമായി ഇത്തരം വസ്തുക്കൾ സൂക്ഷിച്ചുവെയ്ക്കുന്നതും ഒഴിവാക്കുവാൻ സർക്കാരും പൊതുജനങ്ങളും ആവശ്യമായ നടപടികൾ എടുക്കേണ്ടതാണ്. ബലഹീനതയുടെയും പ്രലോഭനത്തിന്റെയും നൈരാശ്യത്തിന്റെയും നിമിഷങ്ങൾ എല്ലാവരുടെയും ജീവിതങ്ങളിൽ ഏതു സമയവും ഉണ്ടായേക്കാം. അത്തരം സന്ദർഭങ്ങളിൽ കൈയെത്തും ദൂരത്ത് മാരകവിഷവസ്തുക്കൾ ലഭ്യമാവുന്നത് ജീവനെ നശിപ്പിക്കാൻ പ്രചോദിപ്പിക്കുന്ന നിഷേധാത്മകശക്തികൾക്ക് കരുത്തു നൽകുന്നു.

ഇന്ന് ആത്മഹത്യയുടെ തോത് ഇത്രയെങ്കിലും കുറഞ്ഞുനിൽക്കാനുള്ള കാരണങ്ങളിൽ പ്രമുഖമായത് മതംതന്നെയാണ്. പക്ഷേ, ആത്മഹത്യയ്ക്കെതിരെയുള്ള യുദ്ധത്തിൽ മതത്തിന്റെ സാർവ്വലൗകികമായ സാദ്ധ്യതകളെ വേണ്ടത്ര നാം ഉപയോഗിക്കുന്നില്ല.

നേരെമറിച്ച് അത്തരം വസ്തുക്കൾ മറ്റൊരാൾ അറിയാത്ത ലഭ്യമാവുകയില്ലെങ്കിൽ പ്രലോഭനം നീങ്ങിപ്പോയേക്കാം. നൈരാശ്യത്തെ അതിജീവിച്ചേക്കാം. നിഷേധാത്മകചിന്തകളുടെ ദുർഗന്ധത്തെ പ്രത്യാശയുടെ കുളിർകാറ്റു കടന്നുവന്ന് അതിവേഗം നിർവീര്യമാക്കിയേക്കും. ഒരു നിമിഷം മനുഷ്യജീവിതത്തിൽ എന്തൊക്കെ മാറ്റങ്ങൾ വരുത്താൻ പോകുന്നതാണ്.

ആത്മഹത്യാസംഭവങ്ങളെപ്പറ്റി കൂടുതൽ വിശദമായ പഠനം ആവശ്യമാണ്. ദേശീയതലത്തിലും സംസ്ഥാനതലത്തിലും ആത്മഹത്യ ചെയ്യുന്ന വ്യക്തികളുടെ സാമ്പത്തികസ്ഥിതി, കടബാദ്ധ്യതകൾ, മാനസികാരോഗ്യം, മദ്യപാനശീലം, മതവിശ്വാസം മുതലായ പല വിവരങ്ങളും ശേഖരിക്കുന്നത് ഈ പ്രശ്നത്തെപ്പറ്റി പഠനം നടത്തുന്നതിനും സർക്കാർതലത്തിൽ നിവാരണനടപടികൾ കൈക്കൊള്ളുന്നതിനും സഹായകരമാകും. ഇതിന് ആവശ്യമായ നിർദ്ദേശങ്ങൾ ദേശീയ ക്രൈം റെക്കോർഡ്സ് ബ്യൂറോയ്ക്കും സംസ്ഥാന ക്രൈം റിക്കോർഡ്സ് ബ്യൂറോയ്ക്കും സർക്കാർ നൽകേണ്ടതാണ്. പ്രോത്സാഹനം നൽകുവാൻ ബ്യൂറോ ഓഫ് പൊലീസ് റിസർച്ച് ആന്റ് ഡെവലപ്മെന്റ് മുതലായ സ്ഥാപനങ്ങൾക്ക് കഴിയേണ്ടതാണ്.

മാറ്റേണ്ട ജീവിതശൈലി

മലയാളിയുടെ ജീവിതശൈലിയിൽ വന്നുഭവിച്ചിട്ടുള്ള കാതലായ മാറ്റത്തിന് ആത്മഹത്യാപ്രവണതയുമായി അഭേദ്യമായ ബന്ധമുണ്ട് എന്ന് അറിയേണ്ടതാണ്. ഒരു തലമുറയ്ക്കു മുമ്പുണ്ടായിരുന്ന ലാളിത്യവും സംതൃപ്തിയും മുഖമുദ്രയാക്കിയ ജീവിതശൈലി നാം പാടേ ഉപേക്ഷിച്ചു. നാടെങ്ങും മണിമന്ദിരങ്ങൾ ഉയരുന്നു. ഒരു കോടിയും അതിനപ്പുറവും പണം മുടക്കി നിർമ്മിക്കുന്ന മാളികവീടുകൾ, അയൽക്കാരന് ഇല്ലാത്ത സുഖസൗകര്യങ്ങൾ സ്വന്തമാക്കുന്നതിലാണ് ഓരോരുത്തരുടെയും ശ്രദ്ധ മുഴുവനും കേന്ദ്രീകരിക്കുന്നത്. ആഡംബരക്കാറുകൾ, അടിക്കടി വിദേശയാത്രകൾ, ഭൂമി കിട്ടാവുന്നിടത്തോളം വാങ്ങിക്കൂട്ടുന്ന കുത്തകമുതലാളിമാർ കുഴൽപ്പണവും വാങ്ങി. പിന്നെ അതു ബ്ലേഡ് കമ്പനികളിൽ നിക്ഷേപിച്ചും അവയുടെ നടത്തിപ്പിന് സംരക്ഷണം നൽകിയും അധോലോകവൃന്ദങ്ങൾക്ക് ചൂട്ടുപിടിച്ചു കൊടുക്കുന്നവരുടെ എണ്ണം ക്രമാതീതമായി പെരുകി. ഇവരെയൊക്കെ സംരക്ഷിക്കുവാൻ രാഷ്ട്രീയനേതാക്കളും പങ്കുകാരായി ചേരുമ്പോൾ സാധാരണക്കാരനു ജീവിക്കുവാൻ പ്രയാസമുള്ളൊരു ഊഷരഭൂമിയായി പരശുരാമന്റെ രാജ്യം മാറുകയാണ്.

ലളിതമായി ജീവിക്കുക, സ്വന്തം കർത്തവ്യങ്ങൾ കൃത്യമായി അനുഷ്ഠിക്കുക എന്ന് ഉറക്കെപ്പറയുവാൻ ഇന്നിവിടെ ആരുമില്ലാത്ത സ്ഥിതിയാണ് കാരണം. പൂജാവിഗ്രഹങ്ങളൊക്കെ തകർന്നുവീണുടഞ്ഞു കഴിഞ്ഞു. വിദേശബാങ്കിൽ നിക്ഷേപവും അന്യനാട്ടിൽ പഞ്ചനക്ഷത്ര ഹോട്ടലുകളും വ്യവസായശാലകളും സ്വന്തമായുള്ളവർ എങ്ങനെയാണ് ലളിതജീവിതത്തെപ്പറ്റി പറയുക? സുഖലോലുപജീവിതവും വിദേശയാത്രകളും ആഡംബരക്കാറിൽ സഞ്ചാരവും നടത്തി ജനങ്ങളിൽ നിന്ന കന്നു കഴിയുന്ന ആത്മീയനേതാക്കൾ എങ്ങനെയാണ് ലളിതജീവിതവിശുദ്ധിയെപ്പറ്റി അനുയായികളോടു പറയുക? ദൈവത്തിന്റെ സ്വന്തം നാടെന്നു പരസ്യപ്പെടുത്തുന്ന കേരളത്തിൽ ദൈവത്തിന്റെ മുതലൊക്കെ കൊള്ളയടിക്കപ്പെടുകയല്ലേ? ആത്മാവിലെ ദൈവികാംശങ്ങളായ ലാളിത്യം, വിനയം, വിശ്വസ്തത ഇവയൊക്കെ മിക്കവാറും നഷ്ടമായിക്കഴിഞ്ഞില്ലേ? അവയൊക്കെ ഇനി വീണ്ടെടുക്കേണ്ടിയിരിക്കുന്നു. അദ്ധ്വാനത്തിന്റെ വിലയറിയാവുന്ന നേതാക്കൾ ഉണ്ടാവണം. ചാരായത്തിന്റേയും പുഴകളെ കൊന്നുവാരുന്ന മണലിന്റെയും കോഴപ്പണം പങ്കുപറ്റാൻ കൂട്ടാക്കാത്ത ഉദ്യോഗസ്ഥരുണ്ടാകണം. ഇടപാടുകളിൽ വിശ്വസ്ഥത പുലർത്തുന്ന വാണിജ്യസംഘങ്ങളുണ്ടാവണം. ജീവിതവിശുദ്ധിക്കൊണ്ടു വിളങ്ങുന്ന ആത്മീയനായകരുണ്ടാവണം. തൊഴിലിനോട് കൂറും സത്യസന്ധതയും പുലർത്തുന്ന തൊഴിലാളികളുണ്ടാവണം. അപ്പോഴാണ് കേരളം ശരിക്കും ദൈവത്തിന്റെ സ്വന്തം നാടായിത്തീരുക. അപ്പോൾ ഇന്നാട്ടിൽ ആത്മഹത്യകൾ അന്യവും അസാധാരണവുമായിത്തീർന്നു കൊള്ളും.

ഒരു ഹെൽപ് ലൈൻ വോളന്റിയർ ആകൂ!

തീവ്രമായ ദുഃഖവും വേദനയും ഏകാന്തതയും അനുഭവിക്കുന്നവരും ആത്മഹത്യാചിന്തകളുമായി ആരോടും മനസ്സ് തുറക്കാനാവാതെ കഴിയുന്നവരുമായ വ്യക്തികൾക്ക് എന്നും എപ്പോഴും ടെലിഫോണിൽ ബന്ധപ്പെടാൻ കഴിയുന്ന വിധത്തിൽ പ്രവർത്തിക്കുന്ന ഒരു കേന്ദ്രത്തെയാണ് ഇവിടെ ഹെൽപ്പ്ലൈൻ എന്ന് നിർവ്വചിക്കുന്നത്. ഇത്തരം ഒരു കേന്ദ്രത്തിൽ ഒരുസമയം രണ്ടു പ്രവർത്തകരെങ്കിലും ഉണ്ടായിരിക്കും. ടെലിഫോണിൽ ബന്ധപ്പെടുന്ന വ്യക്തിയുടെ കുടുംബം, തൊഴിൽ താമസസ്ഥലം മുതലായ വ്യക്തിപരമായ കാര്യങ്ങൾ ചോദിക്കാൻ പാടില്ല. അവർ പറയുന്ന കാര്യങ്ങൾ മറ്റുള്ളവരോടു പങ്കുവെയ്ക്കാനും പാടില്ല. പ്രവർത്തകന്റെ അഥവാ വോളന്റിയറുടെ പേരുമാത്രം പറയുന്നു. രഹസ്യമായി സൂക്ഷിക്കേണ്ട കാര്യങ്ങളാണ് വിളിക്കുന്നയാൾ വെളിപ്പെടുത്തുന്നതെങ്കിൽ അവയെ പൊലീസ് മാദ്ധ്യമപ്രവർത്തകർ, സർക്കാർ ഉദ്യോഗസ്ഥർ മുതലായവരോട് അറിയിക്കാൻ പാടില്ല. വിളിക്കുന്ന വ്യക്തിയുടെ പ്രശ്നം എന്താണെന്ന് ഒരു രജിസ്റ്ററിൽ എഴുതി സൂക്ഷിക്കുന്നു. അതിന്റെ ഉദ്ദേശ്യം കുറെ ദിവസങ്ങൾ കഴിഞ്ഞ് അതേ ആൾതന്നെ വീണ്ടും വിളിക്കുന്ന പക്ഷം അപ്പോൾ സന്നിഹിതനായ പ്രവർത്തകനു പ്രശ്നം എന്താണെന്നു മനസ്സിലാക്കുവാൻ മാത്രമാണ് ഇത്തരം ഒരു കേന്ദ്രത്തിൽ പ്രവർത്തിക്കുന്നവർ മനഃശാസ്ത്രവിദഗ്ധരോ സാമൂഹികശാസ്ത്രജ്ഞരോ ഒന്നും ആവണമെന്നില്ല. സ്ത്രീപുരുഷ വ്യത്യാസമെന്യേ ആർക്കും ഒരു വോളന്റിയർ ആകാം.

എന്തൊക്കെ ചെയ്യാം, എന്തൊക്കെ ആയിക്കൂടാ, എങ്ങനെയൊക്കെ പെരുമാറണം എന്ന് അറിയുവാൻ ഒരു ഹ്രസ്വകാലപരിശീലനം നേടണം. അത്രമാത്രം ഉദ്യോഗസ്ഥരോ ബിസിനസ്സുകാരോ വീട്ടമ്മമാരോ വിദ്യാർത്ഥികളോ ഒക്കെ ഇത്തരത്തിൽ വോളന്റിയർ ആകുവാൻ യോഗ്യരാണ്. ഓരോ ദിവസവും ആരൊക്കെ അവിടെ ഉണ്ടാവണം. എത്ര മണിക്കൂർ പ്രവൃത്തി ചെയ്യണം എന്ന് മുൻകൂട്ടി തീരുമാനിച്ചിരിക്കും. വിളിക്കുന്ന വ്യക്തികളെ സ്വന്തം ഭവനത്തിലേക്കു ക്ഷണിച്ച് കൂടുതൽ പരിചയപ്പെടാൻ

റവ. എഡ്വേർഡ് ചാദ്വരാ എന്ന മെതഡിസ്റ്റ് വൈദികനാണ് 1953-ൽ ഹെൽപ് ലൈൻ എന്ന ആശയത്തിന്റെ പ്രായോഗികപ്രവർത്തനം ആരംഭിച്ചത്. തന്റെ ഫോണുമായി ലണ്ടൻനഗരത്തിൽ ദുഃഖിതരെ വിളിച്ച് ആശ്വസിപ്പിച്ചുകൊണ്ട് നടക്കുന്ന ചാദ്വരാ അച്ചന്റെ പ്രസിദ്ധമായ ചിത്രം.

ശ്രമിക്കുന്നത് നിഷിദ്ധമാണ്. അതുപോലെതന്നെ പ്രശ്നങ്ങൾ പറഞ്ഞു തുടങ്ങുന്നവരോട് രാഷ്ട്രീയമോ മതപരമോ വർഗ്ഗീയമോ ആയ കാര്യങ്ങൾ പറയുകയോ പ്രശ്നപരിഹാരം സ്വയം നിർദ്ദേശിക്കുകയോ പാടില്ല. പണം കൊടുത്തതു സഹായിക്കുന്ന ബാദ്ധ്യത ഏറ്റെടുക്കുവാനും പാടില്ല.

മുഖ്യമായും ഇത്തരം ഹെൽപ്പ് ലൈൻകൊണ്ട് ഉദ്ദേശിക്കുന്നത് സൗഹൃദം പങ്കിടുക. നീറുന്ന മനസ്സിനു കുളിരായി ഒരു ആശ്വാസവാക്ക് പറയുക, ഏകാന്തമായ ഒരു ഹൃദയത്തിന് കൂട്ടായി മറ്റൊരു മനുഷ്യവ്യക്തിയുണ്ടെന്നു വിളിക്കുന്നയാൾക്ക് മനസ്സിലാക്കിക്കൊടുക്കുക ഇതൊക്കെയാണ്.

റവ ചാദ്‌വരായുടെ പ്രവർത്തനം

1953-ൽ ലണ്ടൻ നഗരത്തിലാണ് ആദ്യമായി ഇത്തരം ഒരു സംരംഭം ആരംഭിച്ചത്. ഒരു മെതഡിസ്റ്റ് സഭാ വൈദികനായിരുന്ന റവ.എഡ്വേർഡ് ചാദ്‌വരാ (Edward Chad Varah) എന്ന വ്യക്തിയാണ് ഇതിന്റെ തുടക്കം കുറിച്ചത്. അദ്ദേഹം ജോലി ചെയ്തിരുന്ന പ്രദേശത്ത് ഒരു യുവാവ് ആത്മഹത്യ ചെയ്യാനിടയായി. തീവ്രമായ ഏകാന്തത അനുഭവിച്ചിരുന്നയാളാണ് ഇങ്ങനെ മരണം വരിച്ചതെന്നു മനസ്സിലാക്കിയ റവ. ചാദ് തന്റെ താമസസ്ഥലത്ത് ഒരു നോട്ടീസ് ബോർഡ് എഴുതിവെച്ചു. നിങ്ങൾ ഏകാന്തത അനുഭവിക്കുമ്പോൾ കൂട്ടിനായി ഞാനുണ്ട്. അദ്ദേഹത്തെ അനേകം ആളുകൾ ടെലിഫോണിൽ ബന്ധപ്പെട്ടു. ഒറ്റയ്ക്ക് ഈ ചുമതല നിർവഹിക്കുവാൻ കഴിയാതെ വന്നപ്പോൾ സഹമനസ്കരായ ചിലരെ കൂട്ടി ആദ്യത്തെ സൗഹൃദകേന്ദ്രം ആരംഭിച്ചു. ഇങ്ങനെയാണ് ബിഫ്രണ്ടേർസ് ഇന്റർനാഷണൽ (Befrienders International) എന്ന പ്രസ്ഥാനം പ്രവർത്തനമാരംഭിച്ചത്. ഇന്ന് ആറു ഭൂഖണ്ഡങ്ങളിൽ മുപ്പത്തിയൊമ്പതു രാജ്യങ്ങളിലായി 1200-ൽ അധികം ഹെൽപ്പ്ലൈനുകൾ പ്രവർത്തിക്കുന്നു.

ഭാരതത്തിൽ ആദ്യമായി ഇത്തരം ഒരു കേന്ദ്രം തുടങ്ങിയത് 1992-ലാണ്. ചെന്നൈ നഗരത്തിൽ സ്നേഹാ എന്ന പേരിൽ ആണ് ഇതു പ്രവർത്തനമാരംഭിച്ചത്. ഇപ്പോൾ ന്യൂഡൽഹി, മുംബൈ, ഹൈദരബാദ്, പോണ്ടിച്ചേരി, കൊച്ചി എന്നിവിടങ്ങളിലും ഇത്തരം കേന്ദ്രങ്ങൾ പ്രവർത്തിക്കുന്നു. കൊച്ചിയിൽ മൈത്രി എന്ന പേരിൽ ഇതു പ്രവർത്തനമാരംഭിച്ചത് 1995-ൽ ആയിരുന്നു. കഴിഞ്ഞ 12 വർഷത്തെ പ്രവർത്തനത്തിനിടയിൽ എത്രയോ ആയിരക്കണക്കിനു വ്യക്തികൾ ഇവിടെ ടെലിഫോണിൽ വിളിച്ച് സ്വകാര്യദുഃഖങ്ങൾ പങ്കുവെച്ചിരിക്കുന്നു. എത്രയോ നൂറുകണക്കിനു വ്യക്തികൾ നേരിൽ സന്ദർശിച്ചു ജീവിതത്തിലേക്കു തിരിഞ്ഞു നടന്നിരിക്കുന്നു. ജീവിതവുമായി ബന്ധപ്പെടുവാനുള്ള ഒരു വഴി എന്നതാണ് മൈത്രിയുടെ മുദ്രാവാക്യം.

നമുക്ക് അന്യോന്യം ഒന്നു ചിരിക്കാം

വിഷാദാത്മകതയുള്ളൊരു വിഷയമായതുകൊണ്ട് ഈ ഗ്രന്ഥത്തിന്റെ വായനക്കാർക്ക് ഇപ്പോൾ ഒരുപക്ഷേ, അസ്വസ്ഥതയോ നിസ്സംഗതയോ ഒക്കെ തോന്നിയേക്കാം. ജീവിക്കാൻ ആശയില്ലാത്ത വിഡ്ഢികൾ പോയി മരിക്കട്ടെ എന്ന് നിസ്സാരഭാവത്തോടെ ആത്മഹത്യയെ വീക്ഷിക്കുവാൻ കഴിയാതെയിരിക്കട്ടെ. പ്രശ്നം ഗുരുതരമാണെങ്കിലും പ്രവർത്തിക്കുവാൻ ബാദ്ധ്യസ്ഥരാണു നാം ഓരോരുത്തരും. കേരളത്തിലെ ആത്മഹത്യാസം ഭവങ്ങളുടെ ആകമാനചിത്രം പഠിക്കുമ്പോൾ പ്രത്യാശയുടെ നേരിയ വെളിച്ചം അകലെ ആകാശത്തിൽ കാണുന്നുണ്ട് എന്നതാണു എടുത്തു പറയേണ്ടത്. പുതിയ സഹസ്രാബ്ദത്തിന്റെ തുടക്കം മുതലുള്ള വിവര ങ്ങൾ താഴെ പട്ടികയിൽ ചേർത്തിരിക്കുന്നു.

വർഷം	ആത്മഹത്യകളുടെ എണ്ണം	മുൻ വർഷത്തെക്കാൾ മാറ്റം (ശതമാനം)
2002	9810	+2.5
2003	9438	-- 3.8
2004	9053	4.1
2005	9244	+2.1
2006	9026	2.4
2007	8962	0.7
2008	8569	4.39
2009	8755	+2.17
2010	8586	-- 1.93
2011	8431	1.80
2012	8490	+0.70
2013	8646	+1.84
2014	8446	- 2.31
-2015	7692	8.93
2016	7705	+0.17
2017	7870	+2.14
2018	8237	+4.66
2019	8556	+3.87

പട്ടിക 13.1

2002 എന്നത് ഇതുവരെയുള്ള എല്ലാ വർഷങ്ങളിൽവെച്ചുതന്നെ ആത്മഹത്യകൾ ഏറ്റവും ഉയർന്ന വർഷയമായിരുന്നു. അതിനുമുമ്പ് ഉയർന്ന സംഖ്യ 1999-ലെ 9779 ആയിരുന്നു. അതിനുശേഷം -2000 ത്തിൽ എണ്ണത്തിൽ കുറവുണ്ടായി. തുടർന്നു രണ്ടു വർഷം തുടർച്ചയായി ഉയർന്നു 9810-ൽ എത്തി. പിന്നീട് ഇതുവരെയും 9500-നു മുകളിൽ സംഖ്യ ഉയർന്നിട്ടില്ല. 2003-ലും 2004-ലും 2006-ലും ഗണ്യമായ കുറവുണ്ടാകുകയും ചെയ്തു. ഭാരതത്തിലെ ആകെയുള്ള ആത്മഹത്യകളിൽ കേരളത്തിലെ സംഭവങ്ങളുടെ എണ്ണം 2002-ൽ 8.88 ശതമാനമായിരുന്നത് 2003-ൽ 8.5ഉം 2004-ൽ 8 ശതമാനവുമായി കുറഞ്ഞിട്ടുണ്ട്. 2005-ൽ 8.1 ശതമാനമായി നേരിയ വർദ്ധനയുണ്ടായെങ്കിലും 2006-ൽ 7.6 ശതമാനമായി കുറഞ്ഞു എന്നത് പുതിയ പ്രതീക്ഷകൾ നൽകി.

2008-ൽ വീണ്ടും ആത്മഹത്യകളുടെ എണ്ണത്തിൽ 400-ലധികം കുറവുണ്ടായി. 2009-ൽ രണ്ടു ശതമാനത്തോളം ഉയർന്നുവെങ്കിലും 2010-ൽ വീണ്ടും കുറഞ്ഞു. 2015 ആയപ്പോഴേക്കും 8000 ത്തിനു താഴെയെത്തി. 2002 ലേതിനേക്കാൾ 2118 ആത്മഹത്യകൾ കുറഞ്ഞുവെന്നത് പ്രത്യാശ നൽകുന്നു. അഖിലേന്ത്യാതലത്തിലാവട്ടെ, ആകെ ആത്മഹത്യകളുടെ എണ്ണത്തിൽ ക്രമാനുഗതമായ വർദ്ധനവുണ്ടാവുകയും 2015-ൽ 133623 എന്ന സംഖ്യയിലെത്തി നിൽക്കുകയുമാണ്.

2017, 2018 എന്നീ രണ്ടു വർഷങ്ങളിൽ കേരളത്തിലെ ആത്മഹത്യകൾ മുൻവർഷങ്ങളിലേക്കാൾ വീണ്ടും ഉയരുകയാണുണ്ടായത്. എന്നാലും 2001 മുതൽ 2010 വരെയുള്ള വർഷങ്ങളുടെ സംഖ്യയിലേക്ക് എത്തിയില്ല എന്നുള്ളത് ആശ്വാസകരം തന്നെയാണ്. സംസ്ഥാന സർക്കാരിന്റെയും സാമൂഹിക സാമുദായിക രംഗത്തു പ്രവർത്തിക്കുന്ന സംഘടനകളുടെയും സത്വരശ്രദ്ധ ഈ പ്രശ്നത്തിന്മേൽ ഉണ്ടാവേണ്ടിയിരിക്കുന്നു.

10-ാം അദ്ധ്യായത്തിൽ ചേർത്തിട്ടുള്ള നിർദ്ദേശങ്ങൾ പ്രാവർത്തികമാക്കുവാൻ സർക്കാർ തലത്തിൽ കർമ്മപദ്ധതികൾ ആവിഷ്കരിച്ചാൽ സാമുദായിക-സാമൂഹികസംഘടനകൾ ഗ്രാമപഞ്ചായത്തുകൾ റോട്ടറി ക്ലബ്ബുകൾ ലയൺസ് ക്ലബ്ബുകൾപോലെയുള്ള സംഘടനകൾ ഈ വിപത്തിനെതിരെ ഏകോപിച്ചു പ്രവർത്തിച്ചാൽ കേരളത്തിന് ആത്മഹത്യാമുനമ്പ് എന്ന ദുഷ്പേരു മാറ്റിയെടുക്കാൻ കഴിയും. വേദനിക്കുന്നവർക്കും ദുഃഖഭാരമുള്ളവർക്കും സാന്ത്വനത്തിന്റെ പച്ചയായ പുൽമേടുകളിൽ വിശ്രമിക്കാനാവുമ്പോൾ അതിനായി പ്രവർത്തിക്കുന്നവരുടെ അന്തരംഗം അഭിമാനപൂരിതമാകട്ടെ.

വിൽഫ്രഡ് തന്ന അനുഭവപാഠം

നാം പറയുന്ന വാക്കുകൾ, എടുക്കുന്ന തീരുമാനങ്ങൾ ഇവയൊക്കെ മറ്റുള്ളവരുടെ ജീവിതത്തെ ആഴത്തിൽ സ്പർശിച്ചേക്കാം. അറിഞ്ഞോ

അറിയാതെയോ അന്യരുടെ ജീവിതങ്ങളിൽ നന്മയും തിന്മയും ആശ്വാസവും ആകുലതയും സന്നിവേശിപ്പിക്കുവാൻ ശക്തിയുള്ളതാണ് നമ്മുടെ വാക്കുകളും പ്രവൃത്തികളും. ചിലപ്പോഴൊക്കെ ഇവ അന്യരുടെ ജീവിതങ്ങളെ നിരാശയുടെ നീർക്കയങ്ങളിൽ താഴ്ത്തിയിടുവാൻ ഇടയാക്കിയേക്കാം. അതുപോലെതന്നെ ആകുലതയുടെ ആഴിത്തട്ടിൽ നിന്നും പ്രത്യാശയുടെ തീരത്തേക്ക് കൈ പിടിച്ചുയർത്തുവാനും പര്യാപ്തമായേക്കാം.

ഉദ്ദേശ്യം 20 വർഷങ്ങൾക്കുമുമ്പ് ഈ ലേഖകൻ കൊച്ചിനഗരത്തിൽ പൊലീസ് കമ്മീഷണറായി ജോലിചെയ്തുവരവേ ഇത്തരം ഒരു അനുഭവമുണ്ടായി. സദാ മദ്യപിച്ച് മേലധികാരികളുടെ ശാസന വകവെയ്ക്കാതെ പട്ടണത്തിൽ സിനിമാതിയേറ്ററിലും ബസ്സ്റ്റാൻഡിലും മറ്റും ചെന്ന് കശപിശകൾ ഉണ്ടാക്കിവന്നിരുന്ന ഒരു പൊലീസ് ഡ്രൈവറായിരുന്നു. വിൽഫ്രഡ് (യഥാർത്ഥ പേരല്ല) പലതവണ സസ്പെൻഷൻ ഉണ്ടായി. താക്കീതുകളും വേതനത്തിൽ കുറവും വരുത്തുന്നതുൾപ്പെടെ ശിക്ഷകൾ അനവധി ഏറ്റുവാങ്ങിയെങ്കിലും കക്ഷിക്ക് യാതൊരു മാറ്റവും വന്നു കണ്ടില്ല. മദ്യപിക്കാത്ത (അപൂർവ്വം) അവസരങ്ങളിൽ വളരെ ശാന്തനും

നാം പറയുന്ന വാക്കുകൾ, എടുക്കുന്ന തീരുമാനങ്ങൾ ഇവയൊക്കെ, മറ്റുള്ളവരുടെ ജീവിതത്തെ ആഴത്തിൽ സ്പർശിച്ചേക്കാം. ചിലപ്പോഴൊക്കെ ഇവ അന്യരുടെ ജീവിതങ്ങളെ നിരാശയുടെ നീർക്കയങ്ങളിൽ താഴ്ത്തിയിടുവാൻ ഇടയാക്കിയേക്കാം. അതുപോലെതന്നെ, ആകുലതയുടെ ആഴിത്തട്ടിൽനിന്നും പ്രത്യാശയുടെ തീരത്തേക്ക് കൈപിടിച്ചുയർത്തുവാനും പര്യാപ്തമായേക്കാം.

മര്യാദക്കാരനുമായി പെരുമാറുകയും ചെയ്തിരുന്നു. ഇയാളുടെ മേലുദ്യോഗസ്ഥന്മാർ പലതവണ പരാതിപ്പെട്ടപ്പോൾ ഞാൻ നേരിട്ടുതന്നെ ആളെ വിളിച്ചുവരുത്തി. ഇനിമേലിൽ മദ്യപിച്ചു കുഴപ്പമുണ്ടാക്കിയതായി അറിഞ്ഞാൽ സസ്പെൻഷൻ മാത്രമല്ല പണിയും പോകും' എന്ന് അന്ത്യശാസനവും നൽകി.

രണ്ടുമൂന്നാഴ്ച കഴിഞ്ഞപ്പോൾ അന്ത്യശാസനത്തിന്റെ മുഴക്കം വിദൂരത്തിലായപ്പോൾ അതാ വീണ്ടും വിൽഫ്രഡ് മദ്യപിച്ച് പള്ളിമുക്കിൽ ചെന്നു ടാക്സിഡ്രൈവർമാരുമായി അടിപിടി ഉണ്ടാക്കി. റിപ്പോർട്ടു വന്ന പാടെ വീണ്ടും സസ്പൻഷൻ നൽകി. വകുപ്പുതല അച്ചടക്കനടപടികൾ വേഗം പൂർത്തിയാക്കി. സർവ്വീസിൽ നിന്നും പിരിച്ചുവിടുവാൻ നോട്ടീസും നൽകി. ജോലിയിൽ നിന്നും നീക്കം ചെയ്താൽ താമസിയാതെ പൊലീസ് ക്വാർട്ടേഴ്സിൽ നിന്നും കുടുംബത്തെയും കൂട്ടി ഇറങ്ങിപ്പോകേണ്ടിവരും. എങ്കിലും നോട്ടീസ് കൈപ്പറ്റിയ വിൽഫ്രഡ് കമ്മീഷണറെ കാണുവാൻ ചെന്നില്ല. നിവേദനമോ ശുപാർശയോ ഉണ്ടായതുമില്ല.

വിൽഫ്രഡിനെ പിരിച്ചുവിട്ട് കർശനക്കാരനായ ഭരണാധികാരി എന്ന് ഒരിക്കൽകൂടി അറിയപ്പെടുവാനും സേനയിൽ അച്ചടക്കം ശക്തമാക്കുവാനും ആഗ്രഹിച്ച എന്നെ വിൽഫ്രഡിന്റെ നിസ്സംഗത തെല്ല് ആശ്ചര്യപ്പെടുത്തിയെങ്കിലും അതേപ്പറ്റി അന്വേഷിച്ച് അറിയാനൊന്നും മെനക്കെട്ടില്ല. അങ്ങനെയിരിക്കേ, ഉദ്ദേശ്യം രണ്ടാഴ്ച കഴിഞ്ഞപ്പോൾ ഓഫീസിൽ ജോലി ചെയ്തിരുന്ന മറ്റൊരു പൊലീസ് ഉദ്യോഗസ്ഥൻ എനിക്ക് അസ്വസ്ഥതയുണ്ടാക്കിയ ഒരു വിവരം പറഞ്ഞു. വിൽഫ്രഡ് ഡ്രൈവറും കുടുംബവും ഒന്നിച്ച് വിഷം കഴിച്ച് ആത്മഹത്യ ചെയ്യുമെന്ന് പലരോടും പറയുന്നു എന്നതായിരുന്നു ആ വിവരം.

ഈ വിവരം അറിഞ്ഞതുമുതൽ വളരെയേറെ അസ്വസ്ഥനായ കമ്മീഷണർ ഉടനെതന്നെ മാനസികരോഗവിദഗ്ധനായ ഡോ.സിങ്ങിന്റെ സഹായം തേടി. കടുത്ത മദ്യപാനിയായ ഒരാളെ ചികിത്സിച്ച് മദ്യപാനശീലം മാറ്റാനാവുമോ എന്ന ചോദ്യത്തിന് "ആ വ്യക്തി സഹകരിച്ചാൽ തീർച്ചയായും സാധിക്കും." എന്ന ഡോ. സിങ് മറുപടിയും നൽകി. വിൽഫ്രഡിന്റെ കുടുംബാംഗങ്ങളെ ആളയച്ചുവിളിപ്പിച്ച് ഞാൻ ഒരു വ്യവസ്ഥ നൽകി. വിൽഫ്രഡിനെ തിരികെ ജോലിയിൽ പ്രവേശിപ്പിക്കാം. പക്ഷേ, ആദ്യം രണ്ടാഴ്ച ഡോ. സിങ്ങിനെ ചികിത്സയ്ക്കു വിധേയമാക്കണം. വിൽഫ്രഡിന്റെ ഭാര്യയും സ്കൂൾവിദ്യാർത്ഥികളായിരുന്ന കുട്ടികളും കണ്ണുനീരോടെ സമ്മതിച്ചു. ആശ്വാസത്തോടെ വീട്ടിലേക്കോടി അങ്ങനെ വിൽഫ്രഡ് വീണ്ടും യൂണിഫോറമണിഞ്ഞു. ഡോ.സിങ് സൗജന്യമായി ചികിത്സ ചെയ്തു. മരുന്നുകളും നല്കി. വിൽഫ്രഡ് എന്ന മനുഷ്യന് അതൊരു പുനർജന്മമമായിരുന്നു. അതിനുശേഷം വിൽഫ്രഡ് പുതിയൊരു മനുഷ്യനായി മാറി. ഒരിക്കലും മദ്യപിക്കാത്തവൻ, കുടുംബകാര്യങ്ങൾ നോക്കിനടത്തുന്നവൻ, അച്ചടക്കവും അനുസരണയുമുള്ള

പൊലീസുകാരൻ. ഉന്നത ഉദ്യോഗസ്ഥരുടെ ഡ്രൈവറായി, സന്തോഷത്തോടെ ജോലിചെയ്യുന്ന വിൽഫ്രെഡിനെ പിന്നീട് നിരവധിതവണ ഈ ലേഖകൻ കണ്ടു. എപ്പോൾ കണ്ടാലും സന്തോഷത്തോടെ ഓടി അടുത്തുവരും. 'ഞാൻ പിന്നെ മദ്യപിച്ചിട്ടില്ല സാർ' എന്നു പറയുമ്പോൾ ആ കണ്ണുകളിൽ തെളിയുന്ന തിളക്കവും ആ മുഖത്ത് എന്തൊക്കെയോ നേടിയതിന്റെ ആനന്ദവും ഉണ്ടായിരുന്നു. അന്ന് ആ ദിവസം ആ ജിവിതത്തിൽ ഇടപെട്ടില്ലായിരുന്നുവെങ്കിൽ ഒരു കൂട്ടആത്മഹത്യയുടെ അഭിശപ്തമായ ഓർമ്മകൾ ജീവിതകാലം മുഴുവൻ വേട്ടയാടിക്കൊണ്ടിരിക്കുമായിരുന്നു. ഒരു ദിവസത്തിനും ഒരു നിമിഷത്തിനും മനുഷ്യജീവിതത്തിൽ എന്തൊക്കെ മാറ്റങ്ങൾ വരുത്തുവാൻ കഴിയുന്നു.

വിജി: ഒരു അനുഭവപാഠം കൂടി

വർഷങ്ങൾ പത്തുകഴിഞ്ഞപ്പോൾ ഈ ലേഖകൻ വീണ്ടും കൊച്ചിയിൽ മദ്ധ്യമേഖലാ പൊലീസ് ഇൻസ്പെക്ടർ ജനറലായി നിയമിതനായി. തൃശൂർ, എറണാകുളം, ഇടുക്കി, കോട്ടയം, ആലപ്പുഴ എന്നീ അഞ്ചു ജില്ലകളിലെ പൊലീസ് സംവിധാനങ്ങളുടെ മേൽനോട്ടം വഹിക്കുവാൻ ഒരു ഒഴിവുദിനം, ഉദ്ദേശ്യം രാവിലെ 11 മണിയോടടുത്തു രണ്ടു സന്ദർശകരെത്തി ഭാര്യാഭർത്താക്കന്മാരാണ്. ആ യുവാവിനു 35 വയസ്സിലധികം പ്രായം ഉണ്ടാവില്ല. അഭ്യസ്തവിദ്യൻ, എഞ്ചിനീയറിങ് ബിരുദധാരി. ഒരു പൊതുമേഖലാ സ്ഥാപനത്തിൽ നല്ല ശമ്പളത്തോടുകൂടിയ ഉദ്യോഗം. ഭാര്യയ്ക്ക് 30 വയസ്സു പ്രായം ഉണ്ടാവും. പ്രമോദ്-വിജി എന്ന ദമ്പതികളോട് (യഥാർത്ഥ പേരല്ല) ആഗമനോദ്ദശ്യം ആരാഞ്ഞ ലേഖകന്റെ മുന്നിൽ പ്രമോദ് നിശ്ശബ്ദനായിരുന്നു. ഏതോ കഠിനമായ ദുഃഖത്തിന്റെ ശീതക്കാറ്റിനാൽ മരവിച്ചതുപോലെ. മറുപടിയായി വിജിയിൽ നിന്നും ഞെട്ടിക്കുന്ന ഒരു ആർത്തനാദമുയർന്നു. "എനിക്കു മരിക്കണം സർ, എനിക്കു മരിക്കണം." രൂപവതിയായ ഒരു യുവതി ഇങ്ങനെ ഒരു പൊട്ടിക്കരച്ചിലോടെ എന്റെ ഓഫീസ്മുറിയിൽ നിന്നും ഇറങ്ങി പുറത്തേക്കോടിയാൽ തിരക്കേറിയ ഷൺമുഖം റോഡിലൂടെ പോകുന്ന മനുഷ്യർ എന്താണ് കരുതുക? ഓഫീസിലെ പൊലീസുകാർ എന്തു വിചാരിക്കും? ഞാൻ ഒരു സ്ത്രീ പീഡനക്കേസ്സിലെ പ്രതിയാവാൻ ഇതുമാത്രം മതിയല്ലോ എന്നൊക്കെയാണ് ആദ്യം എന്റെ മനസ്സിലൂടെ മിന്നൽപ്പിണരുകൾ പാഞ്ഞുപോയത്. ഹാവൂ! ഭർത്താവ് ഇവിടെത്തന്നെയുണ്ടല്ലോ സാക്ഷിയായി എന്നു സമാശ്വസിച്ചു. അടുത്ത നിമിഷം മറ്റൊരു ചിന്തയുണർന്നു. എന്തായിരിക്കാം ഇവരുടെ ജീവിതത്തെ ഇത്രയേറെ അസഹനീയമാക്കിയ ദുരന്തമെന്നു ചിന്തിച്ചിരിക്കേ വിജി അനിയന്ത്രിതമായി ഉറക്കെ തേങ്ങിക്കരഞ്ഞുകൊണ്ടിരുന്നു. ക്ഷമാപണപൂർവ്വം സംസാരിക്കുവാൻ തുടങ്ങിയ പ്രമോദിനെ ആംഗ്യം കാണിച്ചു. നിശ്ശബ്ദനാവുക! ചിറപ്പൊട്ടിയൊഴുകുന്ന ജലപ്രവാഹംപോലെ അവളുടെ തീവ്രദുഃഖം നീർച്ചാലായി ഒഴുകി

ത്തീരട്ടെ. ഒടുവിൽ പെയ്തൊഴിഞ്ഞ പേമാരിക്കുശേഷം മാനം തെളിയുന്ന പോലെ അവൾ സംസാരിച്ചുതുടങ്ങി. ഒരു ലൈംഗികപീഡനത്തിന്റെ നീണ്ട കഥയായിരുന്നു അത്. ചോരക്കണ്ണുകളുമായി ഇരയെ പിന്തുടരുന്ന ചെന്നായെപ്പോലെ ഒരു മനുഷ്യൻ. അടുത്ത ബന്ധുതന്നെയാണ് എത്ര കുടിച്ചാലും വറ്റാത്ത മർത്ത്യന്റെ ലൈംഗികദാഹത്തിന്റെ കഥ കേട്ടു. പറഞ്ഞിടത്തോളം കൂടുതൽ കേൾക്കാൻ ആഗ്രഹിച്ചില്ല. ഇപ്പോൾ ഇതാ മറ്റൊരു യുവാവിന്റെ ഭാര്യയായിട്ടും വെറുതെ വിടാൻ ഭാവമില്ല. ഭീഷണിയും അവകാശംപറയലും തുടരുകയാണ്. അവൾ ഒരു മനോരോഗിയായിക്കഴിഞ്ഞതുപോലെതോന്നി.

ആ ഭർത്താവിനോട് സഹതാപമല്ല ആദരവാണു തോന്നിയത്. താലി ചാർത്തി വധുവാക്കിയ പെൺകുട്ടിയെ താൻ ഉപേക്ഷിച്ചാൽ അവളുടെ ജീവിതം മണിക്കൂറുകൾക്കുള്ളിൽ അവസാനിക്കുമെന്നുള്ള അറിവുകൊണ്ട് ചൂഷണത്തിനിരയായവളിൽ പാപഭാരം കെട്ടിവെച്ച് അവളെ നിരാലംബയാക്കുവാൻ കഴിയില്ല എന്ന ഉറച്ച തീരുമാനമെടുത്ത് വലിയ മനസ്സ് അയാളെ ആദരണീയനാക്കുന്നു. സാന്ത്വനം നൽകി ധൈര്യപ്പെടുത്തി. സഹായം ഉറപ്പുനൽകി അവരെ യാത്രയാക്കി. പിന്നീട് അവർ വന്നു. ടെലിഫോണിൽ വിളിച്ചു പലതവണ. നിയമം അവരുടെ രക്ഷയ്ക്കെത്തി. മനോരോഗവിദഗ്ധർ അവളുടെ രോഗത്തിനു ശമനം നൽകി. ഭർത്താവിന്റെ സ്നേഹപരിലാളനങ്ങൾ അവളുടെ മനസ്സിന്റെ മുറിവുകൾ ഉണക്കി.

> 'സ്നേഹം താൻ ജീവിതം ശ്രീമൻ-സ്നേഹ
> വ്യാഹതി തന്നെ മരണം
> സ്നേഹം നരകത്തിൻ ദ്വീപിൽ-സ്വർഗ്ഗ
> ഗേഹം പണിയും പടുത്വം.'

നാലു വർഷങ്ങൾക്കുശേഷം അവർ ഒരുമിച്ചു വന്നു. പ്രമോദും വിജിയും മകൻ ആദർശും കോഴിക്കോട് ഉത്തരമേഖലാ പൊലീസ് ഐ.ജി.യുടെ ക്യാമ്പ് ഓഫീസിൽ. ജീവിതത്തിൽ പ്രത്യാശയുമായി, കണ്ണുകളിൽ സ്നേഹത്തിന്റെ തിളക്കവുമായി അവർ വന്നു. ഒരു സന്തോഷവാർത്തയും തന്നു. വർഷങ്ങൾക്കുശേഷം വിജി വീണ്ടും ഒരമ്മയാവുകയാണ് എന്ന സുവാർത്തയായിരുന്നു അത്. അന്ന് വർഷങ്ങൾക്കു മുമ്പ് എറണാകുളം ഓഫീസിൽ അവർ കടന്നുവന്നപ്പോൾ ഇതൊന്നും ഇവിടെ പറയേണ്ട. നിങ്ങളുടെ കുടുംബകാര്യം കേൾക്കാനല്ല ഞാൻ ഐ.ജി. യായി ഇവിടെ ഇരിക്കുന്നത് എന്നും മറ്റും ആക്രോശിച്ച് അവരെ ഇറക്കിവിട്ടിരുന്നെങ്കിൽ... ഒരുപക്ഷേ, കദനത്തിന്റെ കയ്പുനിറഞ്ഞ ഏതെങ്കിലും കറുത്ത രാത്രിയിൽ. കണ്ണുനീരിൽ കുതിർന്ന ഒരു കത്തെഴുതിവെച്ച് കാലകല്ലോലിനിയും കടന്ന് നോക്കെത്താദൂരത്തേക്കു പോകുവാൻ അവർ തീരുമാനമെടുക്കുമായിരുന്നു.

ഇതു വായിച്ചുകൊണ്ടിരിക്കുന്ന നിങ്ങളുടെ ജീവിതത്തിലും ഇത്തരം സന്ദർഭങ്ങളുണ്ടായേക്കാം. ജീവൻ എടുക്കുന്നവരാകാതെ ജീവൻ കൊടുക്കുന്നവരാകുവാൻ കിട്ടുന്ന അവസരങ്ങൾ സമയോചിതമായി കൈകാര്യം ചെയ്യുവാൻ നിങ്ങൾക്ക് സാധിക്കട്ടെ.

തിരുത്തേണ്ട അബദ്ധധാരണകൾ

ലോകാരോഗ്യസംഘടനയുടെ കണക്കുകൾപ്രകാരം ഓരോ വർഷവും ലോകമൊട്ടാകെ 10 ലക്ഷം ആത്മഹത്യകൾ ഉണ്ടാവുന്നുണ്ട്. മരണം സംഭവിക്കുന്നതിന്റെ പത്തിരട്ടിയെങ്കിലും ആത്മഹത്യാശ്രമങ്ങൾ ഉണ്ടാവുന്നുണ്ട് എന്നും പറയുന്നു. മനുഷ്യർ എന്തുകൊണ്ടാണ് ആത്മഹത്യ ചെയ്യുന്നത് എന്ന് പലരും അന്വേഷിക്കാറില്ല. സാമാന്യജനങ്ങളുടെ മനസ്സിൽ ആത്മഹത്യയെപ്പറ്റി പല തെറ്റായ ധാരണകളും ഉണ്ട്.

1. ഒരു വ്യക്തി ആത്മഹത്യാചിന്തയുള്ളയാളാണെങ്കിൽ അയാൾ ജീവിതകാലം മുഴുവനും അങ്ങനെയായിരിക്കും.
2. ഏതോ സംഘർഷം നിറഞ്ഞ നിമിഷത്തിൽ ഒരാൾ ആത്മഹത്യയ്ക്ക് ശ്രമിച്ചെന്നിരിക്കും. പക്ഷേ, ആ ദശാസന്ധി കഴിഞ്ഞുകിട്ടിയാൽ പിന്നീട് അങ്ങനെ ഒരു ശ്രമം വീണ്ടും ഉണ്ടാവില്ല.
3. മരിക്കുവാൻ തീവ്രമായി ആഗ്രഹിക്കുന്നവരാണ് ആത്മഹത്യയ്ക്കും മറ്റും ശ്രമിക്കുന്നവർ. അവരെ ആർക്കും രക്ഷപ്പെടുത്താനാവില്ല.
4. ആത്മഹത്യാചിന്തകളുള്ള ഒരു വ്യക്തിയോട് ആത്മഹത്യയെപ്പറ്റി എന്തെങ്കിലും സംസാരിക്കുന്നത് അബദ്ധമാണ്. ആ വ്യക്തിക്ക് മരിക്കുവാൻ പ്രചോദനം കിട്ടിയേക്കാം.
5. മ്ലാനവദനയായ വ്യക്തി പെട്ടെന്നൊരു ദിവസം സന്തോഷവാനായി കണ്ടാൽ സകലപ്രശ്നവും പരിഹരിച്ചു എന്ന് തീരുമാനിക്കാം.
6. ആത്മഹത്യയ്ക്കും മറ്റും മോഹഭംഗംവന്ന കുറെ യുവാക്കളുടെ മാത്രം പ്രശ്നമാണ്.
7. ഒരാൾ ആത്മഹത്യയെപ്പറ്റി ഇടയ്ക്കിടെ സംസാരിക്കുന്നത് അപ്രകാരം ചെയ്യനൊന്നുമല്ല. വെറുതെ മറ്റുള്ളവരെ വിരട്ടി സ്വന്തം കാര്യങ്ങളൊക്കെ നേടാൻ മാത്രമാണ്. ആത്മഹത്യ ചെയ്യാൻ തീരുമാനിച്ചവരാണെങ്കിൽ മുൻകൂട്ടി ഒന്നും പറയില്ല. ഒരു ദിവസം പെട്ടെന്ന് അങ്ങു മരിക്കും അത്രതന്നെ.

മുകളിൽ പറഞ്ഞിട്ടുള്ള ഏഴു കാര്യങ്ങളും തെറ്റാണെന്നു പഠനങ്ങൾ തെളിയിക്കുന്നു. അതുകൊണ്ടുതന്നെയാണ് ആത്മഹത്യാപ്രവണതയുള്ളവരെയും അപ്രകാരം ചിന്തിക്കുന്നവരെയും പറയുന്നവരെയും സൗഹൃദകേന്ദ്രങ്ങളിലൂടെ ജീവിതത്തിലേക്കു തിരിച്ചുനടക്കുവാൻ പ്രേരിപ്പിക്കുന്നതിന്റെ പ്രാധാന്യവും പ്രസക്തിയും.

മാധ്യമങ്ങൾ ചെയ്യേണ്ടത്

ഇവിടെ മാധ്യപ്രവർത്തകർക്ക് നിർണ്ണായക ഒട്ടനവധി കാര്യങ്ങൾ ചെയ്തുകൊണ്ട് ഈ മുന്നേറ്റത്തെ ശക്തിപ്പെടുത്തുവാൻ കഴിയും.

1. പ്രാദേശികമായ സൗഹൃദകേന്ദ്രങ്ങളുടെ ടെലിഫോൺ നമ്പരുകളും മേൽവിലാസവും പ്രസിദ്ധപ്പെടുത്തുക.
2. ആത്മഹത്യാപ്രവണതയുള്ള വ്യക്തികളുടെ സംസാരം, പെരുമാറ്റം എന്നിവയിലെ പ്രത്യേകതകൾ പൊതുജനശ്രദ്ധയിൽ കൊണ്ടുവരിക.
3. മാനസികമായ അസ്വസ്ഥതകൾ ചികിത്സിക്കേണ്ടതാണെന്നും അല്ലാത്തപക്ഷം അവ ആത്മഹത്യയ്ക്ക് കാരണമാകാമെന്നുമുള്ള സന്ദേശം നൽകുക.
4. ആത്മഹത്യാസംഭവങ്ങളെപ്പറ്റി നിറം പിടിപ്പിച്ച റിപ്പോർട്ടുകൾ, വിവരങ്ങൾ എന്നിവ നൽകാതിരിക്കുക.
5. കൂട്ടആത്മഹത്യകളുടെയും മറ്റും ഫോട്ടോഗ്രാഫുകൾ പ്രസിദ്ധപ്പെടുത്താതിരിക്കുക.
6. ആത്മഹത്യ എന്നത് നിരവധി ഘടകങ്ങളുടെ കൂട്ടായ പ്രവർത്തനഫലമായിട്ടുണ്ടാകുന്നതാണെന്നും നിസ്സാരമായ ഏതോ ഒരുകാരണം മൂലം സംഭവിച്ചതല്ലായെന്നും റിപ്പോർട്ടിങ്ങിൽ വ്യക്തമാക്കുക.
7. ആത്മഹത്യ എന്നത് വിരോചിതമായ ഒരു പ്രവൃത്തിയായി ചിത്രീകരിക്കുവാൻ പാടില്ല.
8. മരിച്ചവർ എഴുതിയ ആത്മഹത്യാക്കുറിപ്പുകൾ പ്രസിദ്ധീകരിക്കുവാൻ പാടുള്ളതല്ല.

സർവോപരി, ജീവൻ അമൂല്യമാണ്. ജീവനുപകരം മറ്റൊന്നില്ല. എന്ന സന്ദേശം ജനസഹസ്രങ്ങൾക്കു നൽകുക. ഇത് ടെലിവിഷൻ, പത്രമാസികാപ്രവർത്തകർക്ക് ഏറെ ഫലപ്രദമായി ചെയ്യുവാൻ കഴിയുന്ന ഒരു വിലപ്പെട്ട സേവനമായിരിക്കും.

അടുത്ത കാലത്ത് ബോളിവുഡ് സിനിമാ നടനായിരുന്ന സുശാന്ത് സിംഗ് രാജ്പൂത്തിന്റെ ആത്മഹത്യയ്ക്കുശേഷം (2020 ജൂൺ 14) ഇന്ത്യയിലെ പത്രങ്ങളിലും ടെലിവിഷൻ വാർത്തകളിലുമൊക്കെ ഇദ്ദേഹത്തിന്റെ ജീവിതം, പ്രണയബന്ധങ്ങൾ, അതെച്ചൊല്ലിയുള്ള വിവാദങ്ങൾ നിറഞ്ഞുനിന്നു. അദ്ദേഹത്തിന്റെ ജീവിതം ഏറെ ചർച്ച ചെയ്യപ്പെട്ടു. അദ്ദേഹം വിഷാദരോഗത്തിനു ചികിത്സയിലായിരുന്നുവെന്നും ലഹരിമരുന്നുകൾ ഉപയോഗിക്കാറുണ്ടായിരുന്നുവെന്നുമൊക്കെയുള്ള സ്വകാര്യവിവരങ്ങൾ ഭാരതത്തിലെങ്ങും ചർച്ചാവിഷയമായി. ഓരോ വ്യക്തിക്കും 'സ്വകാര്യത' എന്നൊരു അവകാശമില്ലേ? അദ്ദേഹത്തിന്റെ കുടുംബാംഗങ്ങളോടും കാമുകിയായിരുന്ന റിയാ ചക്രവർത്തി എന്ന നടിയുടെ കുടുംബാംഗങ്ങളോടും ഇത്തരം 'മാധ്യമ വിചാരണകൾ' ചെയ്തത് ക്രൂരതയല്ലേ?

ഒന്നുമാത്രം വിനയപൂർവ്വം ഓർമ്മിപ്പിക്കട്ടെ. ഇന്നവർ ചെയ്യുന്നതും എഴതുന്നതും പലപ്പോഴും ജീവിതത്തിനുവേണ്ടിയല്ല. വിപണിയുടെ ജീവിത വിരുദ്ധതകൾക്കുവേണ്ടിയാണ്. ഒരുവന് ഏറ്റവും പ്രിയംകരമായ ജീവൻ അവൻതന്നെ നശിപ്പിക്കുന്ന നിസ്സഹായവും അഭിശപ്തവുമായ ആത്മഹത്യയുടെ കാര്യത്തിലെങ്കിലും മാധ്യമപ്രവർത്തകർ ബുദ്ധിയുടെ സംയമനമാർഗ്ഗങ്ങൾ അനുവർത്തിക്കേണ്ടതുണ്ട്.

ഈ ചർച്ച അവസാനിപ്പിക്കുന്നതിന്റെ ഭാഗമായി ഇത്രമാത്രം കുറിക്കട്ടെ. ശുഭവും അശുഭവുമായ ചിന്തകൾ നിത്യജീവിതത്തിലുടനീളം നമ്മെ ഭരിക്കാനിടയാകും. അശുഭചിന്തയുടെയും ദുരന്തബോധത്തിന്റെയും ഏറ്റവും അതിരുകടന്ന കൈയാണ് ആത്മഹത്യ. അതിനെ പുകഴ്ത്തിയവരുണ്ട്. മനുഷ്യചിന്തയുടെ മൗലികമായ പ്രശ്നം ഒന്നു മാത്രമാണ്. ആത്മഹത്യ എന്നാണല്ലോ ആൽബേർ കാമ്യു കുറിച്ചത്. ആത്മഹത്യയെ നിരന്തരം ധ്യാനിക്കുന്നത് ഭാവന വർദ്ധിക്കാൻ നല്ലൊരു വ്യായാമം ആണ് എന്നത്രേ ഫിലിസ് വെബിന്റെ പക്ഷം. എന്നെപ്പോലെ ഒരുപാടാളുകൾ കുടുങ്ങിയിരിക്കുന്ന നരകതുല്യമായ ഒരു ചിന്തയുടെ ലോകമുണ്ട്. ധൈര്യമില്ലാത്തതുകൊണ്ട് ആത്മഹത്യ ചെയ്യാതിരിക്കുന്നവരുടെ ലോകം എന്നാണ് എഴുത്തുകാരനായ ഹോറസ് മാറ്റ്കോയി പറഞ്ഞത്. ബാലിശമായ ജീവിതാനുഭവവും ഉപരിപ്ലവവും അശക്തവുമായ ജീവിതവീക്ഷണവും ഉള്ള നമ്മുടെ ചില സാഹിത്യകാരന്മാരും അരാജക ബുദ്ധിജീവികളും ഇതൊക്കെ ഏറ്റുപാടുന്നുമുണ്ട്. പക്ഷേ, ഒരു കൈയിലെ വിരലുകളിൽമാത്രം എണ്ണാവുന്ന ചില പാവത്താന്മാരൊഴികെ ഇവരിലാരും ആത്മഹത്യ ചെയ്തില്ല. ഈ അരാജകസാഹിത്യം എഴുതി നാടെങ്ങും നിറച്ച് ബാങ്കുബാലൻസ് കൂട്ടി സന്തോഷത്തിന്റെ പഠനോത്സവങ്ങളിൽ അവർ നിറഞ്ഞുതുളുമ്പുന്നു. നിലവിലുള്ള വ്യവസ്ഥയെ നേരിടാൻ ആത്മഹത്യയും കഞ്ചാവുമാണ് ആയുധങ്ങൾ എന്ന് ഉപദേശിച്ച് വിശ്വഗുരുക്കന്മാരുടെ കുറ്റിയറ്റിട്ടില്ല. പക്ഷേ, അവരുടെ അശുഭവചനങ്ങൾ ശ്രവിച്ച് പാവപ്പെട്ട പല മനുഷ്യരുടെയും ജീവിതം പൊലിഞ്ഞുപോയി.

എന്റെ ജീവിതം എന്റെ ദിവ്യമായ അവകാശമാണ്. നിങ്ങളുടെ ജീവിതം നിങ്ങളുടേതും. നമ്മുടെ അവകാശമായ ഈ ജീവിതത്തിന്റെ ഒന്നാമത്തെ നിയമം എനിക്കു മാത്രമായി ഈ പ്രപഞ്ചത്തിൽ ഒരു ജീവിതമില്ല എന്നതാണ്. നമുക്കൊന്നിച്ചേ ഇവിടെ ജീവിതമുള്ളൂ. ഞാനും നിങ്ങളും എന്ന ദിവ്യസത്യത്തെ മറന്ന് ഞാൻ മാത്രമാകുന്ന ഊഷരഭൂമികളിലാണ് ആത്മഹത്യ പൂത്തുലയുന്നത്. അതിനെ ചെറുക്കാൻ, പരസ്പരം ജീവിക്കാൻ കൈകോർക്കാം. ദുഃഖത്തിന്റെ താഴ്വരകളിൽ അന്യോന്യം കണ്ടുമുട്ടുമ്പോൾ ചിരിച്ചുകൊണ്ട് ശുഭാശംസകൾ നേരാം. സ്വർഗ്ഗരാജ്യങ്ങൾ നമുക്കുള്ളിലാണ്. ■

കുറിപ്പുകൾ

1. മാക്ബത്ത്-വില്യം ഷേക്സ്പിയർ
2. Confession St.Augustine
3. കേരളചരിത്രം ശ്രീധരമേനോൻ
4. The Elementary forms of the religious life Emile Durkheim (1912)
5. Modernization and Urbanisation in India Hans Nagpaul (1996)
6. Media and Suicide Proneness among People of Kerala - Article Published in Shicide in Perspective Dr.C.J.John (1995)
7. Deviant Behaviour-Alex Trio (1998)
8. Anprexia Murder and Suicide David H. Malam (1997)
9. Suicide A Major Health Problem in Kerala-Article published by Rajagri College of Social Sciences (2005)
10. ദി ഹിന്ദു ഹൈദരാബാദ് 2007 നവംബർ 12
11. Vanitha ജൂലൈ 2005
12. ആക്സിഡന്റൽ ഡെത്ത്സ് ആന്റ് സൂയിസൈഡ്സ് ഇൻ ഇന്ത്യ (NCRB) 2004
13. The protestant Ethics and the Spirit of Capitalism (1905)
14. ബെറിൻ പി.വർഗ്ഗീസ് Vs.സ്റ്റേറ്റ് ഓഫ് കേരള 2008 (1) കെ.എൽ.ടി.317
15. ദി ഹിന്ദു ജൂൺ 2,2006

അനുബന്ധം

സ്ഥിതിവിവരക്കണക്കുകൾ

അനുബന്ധം - 1

വിവിധ രാജ്യങ്ങളിലെ ആത്മഹത്യാനിരക്കുകൾ

(ഒരു ലക്ഷം വ്യക്തികൾക്ക് എത്ര ആത്മഹത്യ)

രാജ്യം	വർഷം	പുരുഷന്മാർ	സ്ത്രീകൾ
അർജന്റീന	2003	14.1	3.5
അർമേനിയ	2003	3.2	0.5
ആസ്ത്രേലിയ	2003	17.1	4.7
ആസ്ത്രിയ	2005	26.1	8.2
ബെലാറസ്	2003	63.3	10.3
ബ്രസീൽ	2002	6.8	1.9
ബൾഗേറിയ	2004	19.7	6.7
കാനഡ	2002	18.3	5.0
ചിലി	2003	17.8	3.1
ചൈന	2004	25.2	12.4
ക്രൊയേഷ്യ	2004	30.2	9.8
ക്യൂബ	2004	20.3	6.6
ഇക്വഡോർ	2004	8.6	3.7
എസ്തോണിയ	2005	3.5	7.3
ഫിൻലാൻഡ്	2004	31.7	9.4
ഫ്രാൻസ്	2003	27.5	9.1
ജർമ്മനി	2004	19.7	6.6
ഗ്രീസ്	2004	5.2	1.2
ഹംഗറി	2003	44.9	12.0
ഐസ്ലാൻഡ്	2004	17.7	6.2
ഇന്ത്യ	2005	13.7	8.3
ഇസ്രായേൽ	2003	10.4	2.1
ജപ്പാൻ	2004	35.6	12.8
കുവൈറ്റ്	2002	2.5	1.4
ലിത്ത്വേനിയ	2004	70.1	14.0
ലാത്ത്വിയ	2004	42.9	8.5
മെക്സിക്കോ	2003	6.7	1.3
നെതർലാൻഡ്സ്	2004	12.7	6

രാജ്യം	വർഷം	പുരുഷന്മാർ	സ്ത്രീകൾ
നോർവേ	2004	15.8	7.3
പരാഗ്വേ	2003	4.5	1.6
പോളണ്ട്	2004	27.9	4.6
പോർട്ടുഗൽ	2003	17.5	4.9
കൊറിയൻ റിപ്പബ്ലിക്ക്	2004	32.5	15
റഷ്യ	2004	61.6	10.7
സെർബിയ	2002	28.8	10.4
സിംഗപ്പൂർ	2003	12.5	7.6
സ്ലോവേനിയ	2004	37.9	13.9
സ്പെയിൻ	2004	12.6	3.9
സ്വിറ്റ്സർലൻഡ്	2004	23.7	11.3
തായ്‌ലൻഡ്	2002	12.0	3.8
ഉക്രെയിൻ	2004	43.0	7.3
യുണൈറ്റഡ് കിങ്ഡം	2004	10.8	3.3
യു.എസ്.എ.	2002	17.9	4.2
വെനിസ്വേല	2002	8.4	1.8

ഉറവിടം: ലോകാരോഗ്യസംഘടനയുടെ വെബ് സൈറ്റ്

അനുബന്ധം - 1(A)

2016 ൽ ലോകരാജ്യങ്ങളിലെ ആത്മഹത്യാനിരക്ക് W.H.O പ്രസിദ്ധീകരണം

ഏത് രാജ്യം	ആത്മഹത്യാ നിരക്ക്	പുരുഷൻ	സ്ത്രീ	റീമാർക്ക്
അമേരിക്ക (U.S.A)	13.7	21.1	6.4	ചൈന, ഉത്തരകൊറിയ, വിയറ്റ്നാം മുതലായ ചില രാജ്യങ്ങളിലെ ആത്മഹത്യകൾ സംബന്ധിച്ചുള്ള വിവരങ്ങൾ W.H.O ക്ക് ലഭ്യമാക്കിയിട്ടില്ല. ലഭ്യമായ സ്ഥിതിവിവര കണക്കുകൾ പ്രകാരം മുൻ കമ്മ്യൂണിസ്റ്റ് രാജ്യങ്ങളിലെ ആത്മഹത്യാനിരക്ക് ഏറ്റവും ഉയർന്ന നിലയിലാണുള്ളതെന്ന് കാണുന്നു. ഇസ്ലാമിക രാജ്യങ്ങളിൽ പൊതുവെ കുറവുമാണ്. അതുപോലെ തന്നെ, റോമൻ കത്തോലിക്കാ സഭയുടെ വിശ്വാസികൾ കൂടുതലുള്ള രാജ്യങ്ങളിലും നിരക്ക് കുറവായി കാണുന്നു.
ബ്രിട്ടൻ (U.K)	7.6	11.9	3.5	
റഷ്യ	26.5	48.3	7.6	
ലിത്വേനിയ	25.7	47.5	6.7	
കസാഖ്സ്ഥാൻ	22.8	40.1	7.7	
ബെലാറസ്	21.4	39.3	6.2	
ദക്ഷിണകൊറിയ	20.2	29.6	11.6	
ജപ്പാൻ	14.3	20.5	8.1	
ഉഗാണ്ട	20.0	21.2	18.7	
സിംബാബ്വെ	19.1	29.1	11.1	
നൈജീരിയ	17.3	17.5	17.1	
*ഇന്ത്യ	16.5	18.5	14.5	
ഉറുഗ്വായ്	16.5	26.8	7.1	
തുർക്കി	7.2	11.3	3.2	
ബ്രസീൽ	6.1	9.7	2.8	
ഇറ്റലി	5.5	8.4	2.6	
പാകിസ്ഥാൻ	3.1	3.0	3.1	
കുവൈറ്റ്	2.2	2.5	1.7	
മൊറോക്കോ	3.1	2.5	3.6	
ഇൻഡൊനേഷ്യ	3.7	5.2	3.2	
അൽജീരിയ	3.3	4.9	1.8	
വെനിസുവേല	3.8	6.6	1.2	
മെക്സിക്കോ	5.2	8.2	2.3	

** ഭാരത സർക്കാരിന്റെ ഔദ്യോഗിക രേഖകൾ പ്രകാരം ആത്മഹത്യാനിരക്ക് 10.6 മാത്രമാണ് (206ൽ).*

*** ആത്മഹത്യ നിരക്ക് = ഒരു ലക്ഷം വരുന്ന ജനസംഖ്യയിൽ ഓരോ വർഷവും എത്രയാൾ ആത്മഹത്യ ചെയ്തു എന്നത്*

അനുബന്ധം - 2

SUICIDES IN KERALA – 1996-1999

District	1996		1997		1998		1999	
	No.of deaths	Rate per lakh	No.of deaths	Rate per lakh	No.of deaths	Rate per lakh	No.of deaths	Rate per lakh
Trivandrum	1052	32	1245	40	1323	42	1282	40
Kollam	852	33	837	32	826	32	894	33
Pathanamthitta	252	19	273	21	357	27	394	30
Alappuzha	413	20	443	20	518	24	740	34
Kottayam	400	20	444	23	502	25	491	25
Idukki	474	40	506	42	509	42	516	43
Eranakulam	666	23	779	27	750	26	781	27
Thrissur	968	33	1041	35	1060	35	1129	38
Palakkad	833	33	863	33	868	33	904	33
Malappuram	361	10	458	12	490	14	461	14
Kozhikode	599	21	696	25	708	24	723	25
Wayanadu	269	40	290	40	291	42	387	55
Kannur	658	27	712	30	744	30	690	28
Kasaragode	251	23	280	23	265	22	286	24
Railways	26	-	23	-	22	-	26	-
Total	**8074**	**374**	**8890**	**403**	**9233**	**418**	**9704**	**449**

അനുബന്ധം - 3

Age of the Victim				
	Frequency	**Percent**	**Valid Percent**	**Cumulative Percent**
Valid Below 15	11	2.2	2.2	2.2
15 – 30	164	32.5	32.8	35
30 – 45	158	31.3	31.6	66.6
45 – 60	98	19.4	19.6	86.2
Above 60	69	13.7	13.8	100
Total	500	99.2	100	
Missing System	4	0.8		
Total	**504**	**100**		

Source: *Data collected from various District Crime Records Bureau Kerala Police.*

അനുബന്ധം - 4

DISTRICT-WISE SUICIDE IN KERALA

District	2001			2002			2003			2004		
	M	F	T	M	F	T	M	F	T	M	F	T
Thiruvananthapuram	928	415	1343	885	369	1254	796	284	1080	844	339	1183
Kollam	793	254	1047	886	250	1136	888	242	1130	841	244	1085
Pathanamthitta	332	106	438	367	105	472	343	62	405	345	65	410
Alappuzha	321	118	439	414	121	535	416	117	533	360	122	482
Kottayam	354	127	481	370	129	499	392	121	513	323	126	449
Idukki	360	195	555	395	170	565	412	171	583	352	136	488
Ernakulam	569	249	818	612	257	869	557	198	755	523	209	732
Thrissur	752	267	1019	751	283	1034	741	280	1021	675	272	947
Palakkad	598	317	915	604	267	871	595	285	880	645	243	888
Malappuram	280	145	425	322	113	435	336	148	484	348	140	488
Kozhikode	513	221	734	486	219	705	440	227	667	445	188	633
Wayanad	238	73	311	237	83	320	265	102	367	222	80	302
Kannur	542	228	770	586	197	783	526	195	721	454	214	668
Kasaragod	197	68	265	237	78	315	220	69	289	208	76	284
Railways	10	2	12	13	4	17	8	2	10	13	1	14
Total	6787	2785	9572	7165	2645	9810	6935	2503	9438	6598	2455	9053

Source : State Crime Records Bureau, Kerala

അനുബന്ധം - 5

ഭാരതത്തിലെ ആത്മഹത്യകൾ - 1967 മുതൽ 2005 വരെ

ക്രമ നമ്പർ	വർഷം	ആത്മഹത്യകൾ		
		പുരുഷൻ	സ്ത്രീ	ആകെ എണ്ണം
1	1967	22637	16192	38829
2	1968	24464	16224	40688
3	1969	25947	17686	43633
4	1970	28846	19582	48428
5	1971	26326	17349	43675
6	1972	26823	16678	43601
7	1973	25231	15576	40807
8	1974	27791	18217	46008
9	1975	26074	16816	42890
10	1976	24042	17373	41415
11	1977	23453	16265	39718
12	1978	24137	16070	40207
13	1979	22980	15237	38217
14	1980	24188	17475	41663
15	1981	23864	16381	40245
16	1982	26520	18212	44732
17	1983	27260	19319	46579
18	1984	29296	21275	50571
19	1985	30460	22351	52811
20	1986	31271	23086	54357
21	1987	34292	24276	58568
22	1988	37755	26515	64270
23	1989	40212	28532	68744
24	1990	43451	30460	73911
25	1991	46324	32126	78450
26	1992	47481	32668	80149
27	1993	49851	34393	84244
28	1994	52752	36443	89195
29	1995	52357	36821	89178
30	1996	51206	37035	88241
31	1997	56281	39548	95829
32	1998	61686	43027	104713
33	1999	65488	45099	110587
34	2000	66032	42561	108593
35	2001	66314	42192	108506
36	2002	69332	41085	110417
37	2003	70221	40630	110851
38	2004	72651	41046	113697
39	2005	72916	40998	113914

(അവലംബം : ദേശീയ ക്രൈം റെക്കോർഡ്സ് ബ്യൂറോ രേഖകൾ)

വളരുന്ന ആത്മഹത്യാസംസ്കാരത്തിനെതിരെ
മാനവരാശിയുടെ ഇടപെടൽ ആവശ്യപ്പെടുന്ന
പ്രസിദ്ധമായ ഒരു പോസ്റ്റർ

മരിക്കാനൊരുങ്ങുന്ന ലുക്രീഷ്യ-റംബ്രാന്റിന്റെ ചിത്രം

ലുക്രീഷ്യയുടെ ആത്മഹത്യ-ജ്യോർജ് ബ്രിയുവിന്റെ ചിത്രം

ദുഃഖത്തിലാണ്ട കിഴവൻ - വാൻഗോഗിന്റെ പ്രസിദ്ധ ചിത്രം

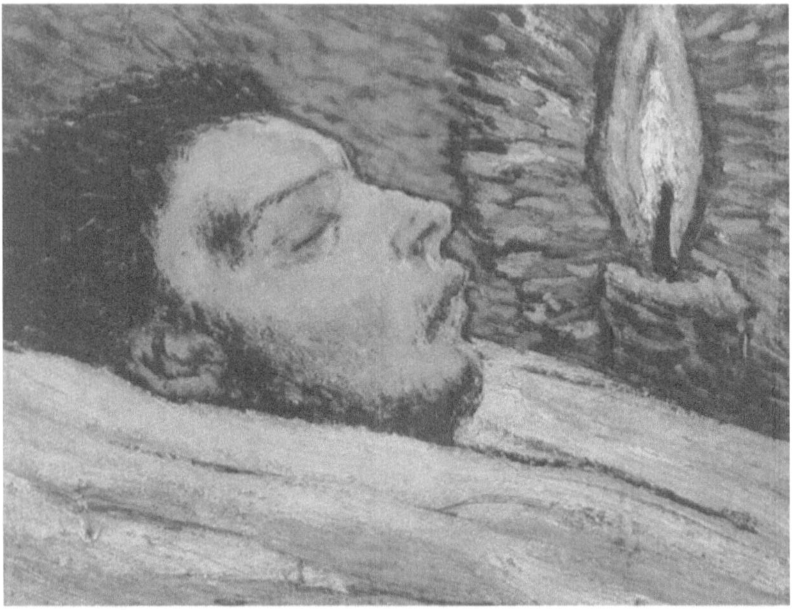

കാർലോസ് കസാഗിരസിന്റെ മരണം - പിക്കാസോ (1901)

ആത്മഹത്യ - ആന്റോയിൻ വിട്സിന്റെ രചന (1854)

യുദ്ധപരാജയത്തെത്തുടർന്ന് ജനറൽ അക്കാഷി ജിദായു 1582ൽ അനുഷ്ഠിച്ച ഹരാകിരിയുടെ ചിത്രീകരണം. മരണത്തിനു മുമ്പ് കവിത എഴുതിവെച്ചിട്ടാണ് ജനറൽ മരണം വരിച്ചത്. യോഷിതോഷി ത്സുകിയോക്കയുടെ പ്രസിദ്ധ ഹരാകിരി ചിത്രം. 1890ൽ വരച്ചത്.

ജീവിതം ദുസ്സഹമായതിനാൽ ആത്മഹത്യ തിരഞ്ഞെടുത്ത ഒരു വൃദ്ധ.
ജപ്പാനിലെ പരമ്പരാഗത ഹരാകിരി/സെപ്പുകു ചിത്രങ്ങളിലൊന്ന്

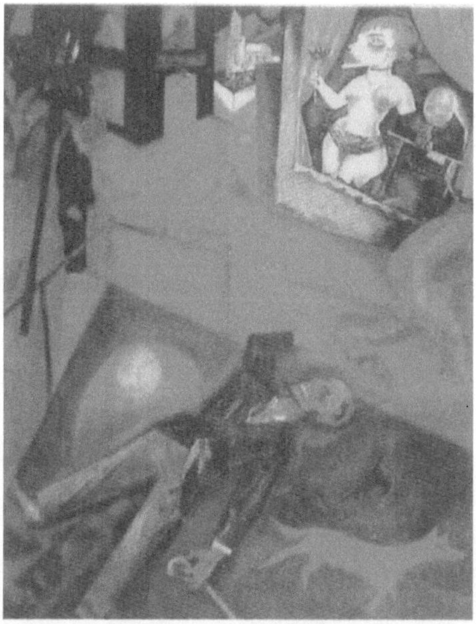

ആത്മഹത്യ - ജോർജ് ഗ്രോസിന്റെ ദാദായിസ്റ്റ് ചിത്രം

ആത്മഹത്യ - വിറ്റ്കാസിയുടെ സർറിയലിസ്റ്റ് രചന

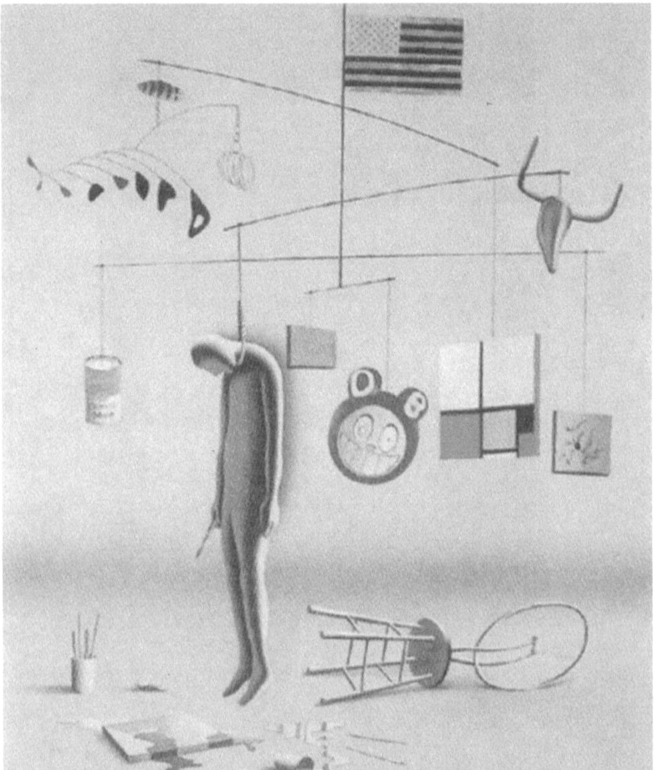

ആധുനികമനുഷ്യന്റെ ആത്മഹത്യ (2005)

ദി പെയിൻഫുൾ അഡ്മിഷൻ

ദി ലോൺലിനസ്

ഉത്തരാധുനിക ചിത്രകാരൻ മാർക്ക് കൊസ്താബിയുടെ മൂന്നു രചനകൾ

www.ingramcontent.com/pod-product-compliance
Lightning Source LLC
LaVergne TN
LVHW090420051026
849518LV00006B/2396
* 9 7 8 8 1 9 4 7 4 6 6 6 9 *